இந்தியா புண்ணிய பூமியா? ஞான பூமியா? ஆன்மீக நாடா?

சமகால அரசியல் விமர்சனக் கட்டுரைகள்

ந.முருகேசபாண்டியன்

டிஸ்கவரி பப்ளிகேஷன்ஸ்

எண்: 9, பிளாட் எண்: 1080A, ரோஹிணி பிளாட்ஸ்
முனுசாமி சாலை, கே.கே.நகர் மேற்கு,
சென்னை - 600 078. பேச: 99404 46650

வெளியீட்டு எண்: 0351

இந்தியா புண்ணிய பூமியா? ஞான பூமியா?
ஆன்மீக நாடா? (கட்டுரை)
ஆசிரியர்: ந.முருகேசபாண்டியன்©
Indhiya Punniya Boomiya? Gnana Boomiya?
Aanmiga Naada? **(Essays)**
Author: **NA. MURUGASAPANDIYAN**©
Print in India

1st Edition : September - 2024
ISBN: 978-81-19541-82-9
Pages - 120

Rs: 150

Publisher • Sales Rights

Discovery Publications
No. 9, Plot,1080A, Rohini Flats,
Munusamy Salai,
K.K.Nagar West, Chennai - 78.
Tamilnadu, India.
Mobile: +91 99404 46650

Discovery Book Palace (P) Ltd
No. 1055-B, Munusamy Salai,
K.K.Nagar West,
Chennai-600 078.
Ph: (044) 4855 7525
Mobile: +91 87545 07070

discoverybookpalace@gmail.com / www.discoverybookpalace.com

இந்த நூலில் பிரசுரமாகியுள்ள எந்த ஒரு பகுதியையும் எழுத்துபூர்வமான முன்அனுமதி பெறாமல் எடுத்தாள்வதோ, மறுபிரசுரம் செய்வதோ, மொழியாக்கம் செய்வதோ, ஊடகங்களில் மறுபதிப்புச் செய்வதோ, காப்புரிமைச் சட்டப்படி தடை செய்யப்பட்டுள்ளது. இந்த நூலிலிருந்து சில பகுதிகளை மேற்கோள்காட்டி நூல்அறிமுகம் செய்யலாம்.

உங்கள் மொபைல் போனிலிருந்து ஸ்கேன் செய்து 'டிஸ்கவரி புக் பேலஸ்' மொபைல் ஆப்பை டவுன்லோடு செய்து, புத்தகங்களை வாங்குங்கள்.

சமர்ப்பணம்

தோழர் லயனல் அந்தோணி ராஜ் B.L., அவர்களுக்கு...

என்னுரை

நாடெங்கும் கொரோனோ பெருந்தொற்று, தாண்டவமாடிய கொடூரமான காலகட்டத்தில் அன்றாட வாழ்க்கையுடன் எப்பொழுதும் நெருங்கிய தொடர்புடைய எனது இருப்பு, அபத்தமானது. ஆள் அரவமற்ற சாலைகளில் சைரன் ஒலியுடன் விரைந்துகொண்டிருந்த ஆம்புலன்ஸ் வாகனங்கள், தொடர்ந்து பீதியை ஏற்படுத்தின. மனிதர்கள் கொள்ளை நோயினால் கொத்துக் கொத்தாக மடிந்தபோது, இதுவரை சமூகம் உருவாக்கியிருந்த எல்லா மதிப்பீடுகளும் அர்த்தமிழந்தன. கடந்த நாற்பது வருடங்களாக இலக்கியத்தை முன்வைத்து நண்பர்களுடன் பேச்சுகள், கூட்டங்கள், பயணங்கள் என்று எப்பொழுதும் தீவிரமாக இயங்கிய என்னுடைய செயல்பாடுகள், கொரோனாவினால் வீட்டுக்குள்ளேயே முடங்கின. எங்கள் வீட்டுக்கு அருகில் இருக்கும் முட்டுச் சந்து, தகரத்தினால் அடைக்கப்பட்டபோது, இருப்பின் நிச்சயமற்ற நிலை, தொந்தரவு செய்தது. அப்பொழுது என்னை மீட்டுக்கொள்ள இடைவிடாமல் வாசித்த புத்தகங்கள் பெரிதும் உதவின.

அன்றைய காலகட்டத்தில் பிரதமர் மோடியின் அறிவுறுத்தலின் படி, 2020 ஆம் ஆண்டு மார்ச் மாதம் 22 ஆம் நாளில் மக்கள் வீடுகளைவிட்டு வெளியே வந்தும் பால்கனியில் நின்றும், மொட்டை மாடியில் இருந்தும் கைகளை தட்டி, பாத்திரங்களைத் தட்டி, சங்கு ஊதிக் கொரோனாவை விரட்டிட முயன்ற செயல்பாடுகள் வெறுப்பை ஏற்படுத்தின. அப்புறம் 2020, ஏப்ரல் 24 ஆம் தேதியன்று இரவு 9 மணிக்கு 9 நிமிடங்கள் நாடு முழுவதும் விளக்கை அணைத்திட மோடி வேண்டுகோள் விடுத்தது, முழுக்க அறிவியலுக்கு எதிரானது. அந்தச் சம்பவம், ஒருவகையில் பாசிசத்திற்கான உடல்களைத் தயாரிப்பதன் வெளிப்பாடாக

எனக்குத் தோன்றியது. பெரும்பாலான மக்கள், சமூகத் தொடர்பு இல்லாமல் வீட்டிற்குள்ளே பயத்துடன் முடங்கியிருந்த சூழலில் கார்ப்பரேட்டுகளின் கைப்பாவையாகக் கையையும் காலையும் தூக்கி ஆடுகின்ற மோடி அன் கோவினரின் செயல்கள், எரிச்சலை ஏற்படுத்தின.

கொரோனாவின் முதல் அலைக்குப் பின்னர் இரண்டாம் அலை எனக்குள் ஏற்படுத்திய மனச்சோர்வு அளவற்றது. ஷேக்ஸ்பியரின் 'இருப்பதா? இறப்பதா?' என்ற நாடக வரிகள், எனது நினைவு வெளிக்குள் மிதந்தன. பூமியில் மனித இருப்பு அர்த்தமிழந்த சூழலில் சமூக வலைத்தளங்களில் தீவிரமாக இயங்கிய இளைய தலைமுறையினரின் அன்றாடச் செயல்பாடுகள், அரசியல்ரீதியில் முக்கியமானவையாக விளங்கின; நம்பிக்கையை அளித்தன.

பெருந்தொற்றுக் காலத்தில் நடுத்தர வர்க்கத்தினர், சிறு விவசாயிகள், கடைக்காரர்கள், சிறிய ஓட்டல் உரிமையாளர்கள், ஆட்டோ ஓட்டுநர்கள், தெருவோர வணிகர்கள், சுமை தூக்கும் தொழிலாளர்கள் போன்றோர் வறுமைக்குள்ளாகி, பொருளாதார ரீதியில் சீரழியும் நிலை ஏற்பட்டது. அதேவேளையில் அதானி, அம்பானி போன்ற கார்ப்பரேட்டுகளின் சொத்துகள் மில்லியன் கணக்கில் பெருகின. ஒரு கிலோ வெங்காயம் ரூ.125/- விற்றபோது, தான் வெங்காயம் சாப்பிடுவதில்லை என்று நாடாளுமன்றத்தில் சநாதனம் பேசுகிற நிதி அமைச்சரான நிர்மலா, மக்களின் அடிப்படைப் பிரச்சினைகளைப் பற்றிக் கவலைப்படாத, பத்திரிகையாளர்களை நேரில் சந்தித்துப் பேசாத பிரதமர் மோடி... இந்துத்துவா அடிப்படைவாதிகளான காவிகளும் கார்ப்பரேட்டுகளும் கைகோத்துக்கொண்டு இந்தியாவின் இயற்கை வளங்களையும் மனித வளத்தையும் சுரண்டுகிற நெருக்கடியான காலகட்டத்தில் என்ன செய்யப் போகிறோம்? என்ற கேள்வி, அடிக்கடி தோன்றுகிறது. குறிப்பாக, வைதிக சநாதனத்தின் அரசியல் ஆதிக்கமும் அதன் விளைவான இந்து மதம் என்ற பெயரில் வைதிக சநாதனம் உருவாக்கிடும் இந்துத்துவா அடிப்படைவாதமும் சிவில் சமூகத்தில் ஏற்படுத்திக்கொண்டிருக்கிற சேதங்களைப் பற்றிப் பேச வேண்டிய நெருக்கடியான சூழலில் வாழ்ந்துகொண்டிருக்கிறோம். அரசியல்ரீதியில் தீவிரமாகச் செயல்பட வேண்டிய நெருக்கடியினால் சமூக அக்கறையின் விளைவாக அரசியல் கட்டுரைகளை

எழுதினேன். அவை, வாசிப்பில் ஏற்படுத்துகின்ற அரசியல் விழிப்புணர்வு முக்கியமானது. இந்தியா புண்ணிய பூமியா? ஞான பூமியா? ஆன்மீக நாடா?, இந்துத்துவாவின் நிழல் இராணுவங்களான உதிரி அமைப்புகளும் அடியாட் படைகளும், ஒடுக்கப்பட்டோரின் வரலாறு கறுப்பா? காவியா? ஆகிய மூன்று கட்டுரைகளும் எழுதுவதற்கு அடிப்படையாக விளங்கிய நூல்களைத் தேடி வாசிக்க வேண்டுகிறேன். அப்பொழுது கூடுதல் அரசியல் புரிதல் ஏற்படும்.

அண்மைக்காலத்தில் அரசியல், சமூக விமர்சனமாக நான் அவ்வப்போது எழுதிய கட்டுரைகள் 'இந்தியா புண்ணிய பூமியா? ஞான பூமியா? ஆன்மீக நாடா?' என்ற பெயரில் நூல் வடிவம் பெற்றுள்ளன. அரசியல் இல்லாமல் எதுவுமில்லை என்ற கருத்தின் அடிப்படையில் சமகாலச் சமூகம் பற்றிய காத்திரமான விமர்சனத்தை முன்வைத்துள்ள கட்டுரைகளில் நுண்ணரசியல் பொதிந்துள்ளது. எதிர்காலத்தில் இந்தியாவில் இந்துத்துவாவை முன்வைத்துக் காவிகளும் சங்கிகளும் பாசிசத்தை அமல்படுத்திட வாய்ப்புண்டு என்ற கருத்தியலின் பின்புலத்தில் நூலில் இடம்பெற்றுள்ள கட்டுரைகளை வாசிக்க வேண்டுகிறேன்.

யோகா, தியானம் என்ற பெயரில் ஜக்கி, நித்யானந்தா, ரவிசங்கர் போன்ற கார்ப்பரேட் சாமியார்கள் செய்கின்ற செயல்பாடுகளுக்குப் பின்னால் பொதிந்திருக்கின்ற இந்துத்துவா அரசியலை அம்பலப் படுத்துகின்ற 'கார்ப்பரேட் சாமியார்களும் யோகாவும் தியானமும்' கட்டுரை, சமகால வாழ்க்கையில் அரசியலும் மதமும் ஒத்திசைந்து செயல்படுவதை அம்பலப்படுத்தியுள்ளது, வெவ்வேறு காலகட்டங் களில் எழுதப்பட்ட கட்டுரைகளால் தவிர்க்கவியலாமல் கூறியது இடம்பெற்றுள கருத்துகளைப் பொறுதிடவேண்டுகிறேன்.

'இந்தியா புண்ணிய பூமியா? ஞான பூமியா? ஆன்மீக நாடா?', 'ஒடுக்கப்பட்டோரின் வரலாறு கறுப்பா? காவியா?', 'அப்துல்கலாமின் கனவு பலிக்குமா? இந்தியா வல்லரசாகுமா?', 'பள்ளி மாணவர்களுக்குக் காலை உணவு வழங்கும் திட்டம்: திராவிட மாடல்,' இந்துத்துவாவின் நிழல் இராணுவங்களான உதிரி அமைப்புகளும் அடியாட் படைகளும் ' ஆகிய ஐந்து கட்டுரைகளைப் பிரசுரித்த உயிர்மை இதழின் ஆசிரியர் மனுஷ்யபுத்திரனுக்கு நன்றி. 'கார்ப்பரேட் சாமியார்களும் யோகாவும் தியானமும்', 'மாணவத் தற்கொலைகளும் கொலைகளும்: சில பேச்சுகள்' கட்டுரைகளைப்

பிரசுரித்த உயிர் எழுத்து இதழின் ஆசிரியர் சுதீர் செந்திலுக்கும் 'தேர்தல் கமிஷனும் தேர்தல் நாடகத்தின் கட்டியங்காரனும்' கட்டுரையைப் பிரசுரித்த காக்கைச் சிறகினிலே இதழின் ஆசிரியர் வி.முத்தையாவுக்கும் நன்றி.

'இந்தியா புண்ணிய பூமியா? ஞான பூமியா? ஆன்மீக நாடா?' புத்தகத்தை டிஸ்கவரி பதிப்பகம் மூலம் வெளியிடுகிற நண்பர் மு.வேடியப்பனுக்கு நன்றி.

எனது எழுத்துப் பணிக்குப் பின்புலமாக விளங்குகிற அன்புத் துணைவி உஷாவின் அன்பும் ப்ரியமும் என்றும் தீராதது.

ந.முருகேசபாண்டியன்
மதுரை

உள்ளே

1. இந்தியா புண்ணிய பூமியா? ஞான பூமியா? ஆன்மீக நாடா? 11
2. இந்துத்துவாவின் நிழல் இராணுவங்களான உதிரி அமைப்புகளும் அடியாட் படைகளும் 32
3. பள்ளி மாணவர்களுக்குக் காலை உணவு வழங்கும் திட்டம்: திராவிட மாடல் 48
4. ஒடுக்கப்பட்டோரின் வரலாறு கறுப்பா? காவியா? 65
5. கார்ப்பரேட் சாமியார்களும் யோகாவும் தியானமும் 78
6. தேர்தல் கமிஷனும் தேர்தல் நாடகத்தின் கட்டியங்காரனும் 89
7. அப்துல்கலாமின் கனவு பலிக்குமா? இந்தியா வல்லரசாகுமா? 108
8. பள்ளிக்கூடத் தற்கொலைகளும் கொலைகளும்: சில பேச்சுகள் 108

இந்தியா புண்ணிய பூமியா? ஞான பூமியா? ஆன்மீக நாடா?

கடந்த நூற்றாண்டின் தொடக்கத்தில் இருந்து இந்திய நாடு என்ற சொல்லுடன் புண்ணிய பூமி, ஞான பூமி, ஆன்மீக நாடு போன்ற பின்னொட்டுகள் இணைத்துச் சொல்லப்படுகின்றன. இத்தகைய புனிதக் கருத்தியல்களை உருவாக்குவதன் பின்புலத்தைக் கண்டறிந்திட வேண்டியுள்ளது. காலனியாதிக்கக் காலகட்டத்தில் ஆங்கிலேயரும் ஜெர்மானியரும் சமஸ்கிருதத்தில் இருந்து ஐரோப்பிய மொழிகளில் மொழிபெயர்த்த வேதங்களும் உப நிடதங்களும் மேலைநாடுகளில் இந்தியாவை பற்றிய புதிய பிம்பத்தைக் கட்டமைத்தன. அரவிந்தர், ரமணர் போன்ற துறவிகள், வைதிக மரபில் இருந்து சிறிது விலகிப் பேசிய பேச்சுகளுக்காகக் கொண்டாடப்பட்டனர். எழுபதுகளில் கார்ப்பரேட் சாமியார்கள் யோகா, தியானம் போன்றவற்றை முன்வைத்து ஆங்கிலத்தில் நிகழ்த்திய உரைகள், அயல் நாட்டினரிடம் இந்தியா ஓர் ஆன்மீகப் பூமி என்ற எண்ணத்தைத் தோற்றுவித்தன. அடையாறு தியாசபிக்கல் சொசைட்டியின் விளைபொருளான ஜே.கே. எனப்படும் ஜே. கிருஷ்ணமூர்த்தி உலகமெங்கும் நிகழ்த்திய வைதிகத் தத்துவ உரைகள், ஆன்மீகம் என்ற பெயரில் மயிலிறகினால் மெல்ல வருடிக்கொடுத்தன. இரு உலகப் போர்களில் கோடிக்கணக் கானவர்களை அநியாயமாகப் பலி கொடுத்துவிட்டு, இருத்தலில் இருந்து அந்நியமாகியுள்ள ஐரோப்பியர்களில் சிலர் இந்திய மண்ணில் ஞானத்தையும் அமைதியையும் தேடி இன்றளவும் அலைகின்றனர். இந்தியாவெங்கும் புண்ணிய ஸ்தலங்களும் புனித நீராடல்களும் தொன்மையான கோவில்களும் பரவியுள்ள சூழலை முன்வைத்து ஆன்மீக வியாபாரம் சூடு பிடிக்கத் தொடங்கியுள்ளது. வேதங்களின் நாடு என்று அடையாளப்படுத்தப்படுகிற இந்தியாவின்

புனித மண் என்று ஒரு சிறிய மண் சட்டியில் இந்திய மண்ணை அள்ளி விற்றால்கூட அதற்குப் பத்து டாலர்கள் தருவதற்கு மேலைநாட்டினர் காத்திருக்கின்றனர். உண்மையில் இந்தியா ஞான பூமியா? புனித பூமியா? ஆன்மீக நாடா? வேதங்களின் நாடா? போன்ற கேள்விகளுக்கு விடையை அறிந்திட தத்துவப் பின்புலத்தில் வரலாற்றில் பயணிக்க வேண்டியுள்ளது.

வரலாற்றுரீதியில் அணுகினால் இந்தியா என்ற சொல்லாடலின் பின்னர் காத்திரமான அரசியல் பொதிந்துள்ளதை அறிந்திட முடியும். 1947 ஆம் ஆண்டில் இந்தியா பிரிட்டிஷாரின் பிடியில் இருந்து விடுதலையடைந்தபோது 572 சுதேச மன்னர்கள் பாரம்பரியமாக ஆண்ட சமஸ்தானங்களும் காலனியாதிக்கத்தின் நேரடி ஆட்சிக்கு உட்பட்ட பகுதிகளும் இருந்தன. 19 ஆம் நூற்றாண்டில் ஒற்றை இந்தியா என்ற நிலப்பரப்பிலான நாடு என்ற கருத்தியலும் இந்து என்ற சொல்லை மதரீதியாகக் கட்டமைத்ததும் காலனியாதிக்கவாதிகளான ஆங்கிலேயரின் பருண்மையான அரசியலின் வெளிப்பாடுகள். இந்தியாவின் வரலாற்றை வேத காலம், முகலாயர்களின் ஆட்சி, பிரிட்டிஷ் காலனியாதிக்கம் என்று முப்பெரும் பிரிவுகளாகப் பிரித்த ஆங்கிலேய வரலாற்றாசிரியர்கள், காலனியவாதிகளுக்குச் சார்பான கதையாடலை உருவாக்கினர். இந்து என்ற சொல்லுக்குள் இந்தியாவில் இருந்த பல்வேறு வழிபாட்டுப் பிரிவினரையும் ஒட்டு மொத்தமாக அடக்கிய செயல் ஏற்புடையது அல்லவென்று சைவ, வைணவ மதத்தினர் போலப் பல்வேறு மதத் தத்துவங்களைப் பின்பற்றுகின்றவர்கள் இன்றளவும் கருதுகின்றனர். அது, உண்மையும்கூட. செவ்வியல் மொழியான தமிழிலும் பழந்தமிழ் இலக்கியப் படைப்புகளிலும் இந்தியா, இந்து போன்ற சொற்கள் இல்லை என்பது கவனத்திற்குரியது.

வேதங்களின் நாடு இந்தியா என்று வைதிக சநாதனவாதிகள் இன்றளவும் பிரச்சாரம் செய்கின்றனர். அந்தக் கருத்து ஏற்புடைய தல்ல. ஆரியர்களின் இந்திய ஊடுருவலுக்கு முன்னர் இந்தியாவில் செழித்திருந்த சிந்துச் சமவெளி நாகரிகக் காலகட்டத்தில் எந்த வகையான தத்துவமும் மதமும் பின்பற்றப்பட்டன என்பது ஆய்விற் குரியது. பூமி, தண்ணீர், தாவரம், பெண், வளர்ச்சி, பெருக்கம், வளமை போன்றவற்றுடன் சிந்துப் பண்பாடு நெருங்கிய தொடர்புடையது

என்று ஆய்வாளர்கள் கருதுகின்றனர். வைதிகத் தத்துவத்தைவிட சிந்துச் சமவெளியில் நிலவிய பண்டையப் பண்பாடு மிகவும் தொன்மையானது. அதிலிருந்துதான் பௌத்தம், ஜைனம், சார்வாகம், ஆசிவகம், சாங்கியம் போன்ற தத்துவங்கள் தோன்றின. 2,600 ஆண்டுகளுக்கு முன்னர் தமிழ்நாட்டில் கீழடிப் பண்பாடு, சங்க காலத் தமிழரின் வாழ்க்கைக்குச் சான்றாக விளங்கியது என்று அகழ்வராய்ச்சியில் கண்டறியப்பட்ட தகவல்களையும் கருத்தில் கொள்ள வேண்டியுள்ளது. தமிழ்நாட்டில் பண்டைத் தமிழரின் இலக்கியமான சங்க இலக்கியத்தை ஆராய்ந்திடும்போது இயற்கைப் பொருள்முதல் வாதம் செல்வாக்குடன் விளங்கியதை அறிந்திட முடியும். கடவுளர்களின் கட்டுக்கதைகள், இயற்கையிகந்த அதியற்புதப் புனைவுகளுக்குச் சங்கப் பாடல்களில் இடமில்லை. ஐம்பூதங்கள் இயற்கையுடனான தொடர்பில் உருவானவை என்ற கருத்தியலுடன் சமூக விழுமியங்களுக்கு முக்கியத்துவம் தந்த பண்டைத் தமிழரின் தத்துவம் தனித்துவமானது. மணிமேகலைக் காப்பியத்தில் பசிக்குத் தீர்வாக அட்சயப் பாத்திரத்தைக் கண்டறிந்த சீத்தலைச் சாத்தனாரும், மக்களின் பசியை முக்கியமான பிரச்சினையாகக் கருதி, அதைப் போக்கிட முயன்ற வாடிய பயிரைக் கண்டபோதெல்லாம் வாடிய வள்ளலாரும் தமிழரின் தத்துவத்தை வைதிகத் தத்துவத்தில் இருந்து முற்றிலும் வேறுபடுத்தியுள்ளனர். இந்தியத் தத்துவ மரபில் தமிழரின் தத்துவம், சீக்கியரின் தத்துவம் போன்றவற்றைப் புறக்கணித்துவிட்டு, வைதிக சநாதனத் தத்துவத்தை மட்டும் முன்னிறுத்தி, இந்தியா ஒரு வேத பூமி என்று வைதிக சநாதனவாதிகளால் முன்வைக்கப்படும் கதையாடலில் வருணக் கோட்பாட்டு அரசியல் பொதிந்துள்ளது.

இந்தியத் தத்துவம் என்றால் என்னவென்ற கேள்விக்குப் பருண்மையான விடை எதுவும் இல்லை. பாடப் புத்தகங்களில் இந்தியத் தத்துவத்தை வைதிகம், அவைதிகம் என்று இரண்டாகப் பகுக்கும் போக்கு நிலவுகிறது. சாங்கியம், வேதாந்தம், மீமாம்சம், யோகம், வைசேடிகம், நியாயம் ஆகியன வைதிகத் தத்துவங்கள்; வேதங்களை மறுக்கின்ற சார்வாகம், ஜைனம், பௌத்தம், ஆகியன அவைதிகத் தத்துவங்கள் எனப்படுகின்றன. இந்தியத் தத்துவங்களுக்கு இடையில் பௌத்தம் X வேதாந்தம், சாங்கியம் X வேதாந்தம், தாந்திரிகம் X வேதாந்தம் போன்ற எதிரிணைக்

கருத்துகள் முரண்பட்டுள்ளன. பண்டைத் தமிழரின் திணைக் கோட்பாடு, தமிழ்நாட்டுச் சைவ சித்தாந்தம், தென்கலை வைணவம், சித்தர் தத்துவம், சூபியிசம், காஷ்மீர் சைவம்,வீர சைவம், சீக்கியத் தத்துவம், வள்ளலார் கோட்பாடு, நாராயண குரு மெய்யியல் போன்ற பல்வேறு தத்துவங்கள் இந்திய மண்ணில் இருந்து தோன்றியுள்ளன. இந்நிலையில், வைதிக சநாதனம் மட்டும்தான் இந்தியத் தத்துவம் என்ற புனைவு காலந்தோறும் கட்டமைக்கப்பட்டுவருவது, சரியல்ல. வைதிகத் தத்துவத்தை முன்னிறுத்துகிற வைதிக மதத்தைக் கேள்விக்குள்ளாக்கிடும்போது இந்தியத் தத்துவத்தின் பன்முகத்தன்மையைப் பற்றிய புரிதல் ஏற்படும்.

இரண்டாயிரம் ஆண்டுகளுக்கு முன்னர் யக்ஞம் என்ற வேள்வித்தீயை முன்வைத்து வாய்மொழியாகப் புனையப்பட்ட வேதங்களை முன்னிறுத்தியது வைதிக மதம். வேதங்கள் எனக் குறிப்பிடப்படுபவை சடங்கியல் நூல்கள். வேதங்கள் மனிதர்களால் இயற்றப்பட்டவை அல்ல; ரிஷிகளால் கேட்கப்பட்டவை; மனிதத்தன்மை அற்றவை என்ற பொருளில் அபௌருஷ்யம் எனப் பின்னர் புனிதப் பிரதிகளாக்கப்பட்டன. வேதங்களுக்குப் புனித அடையாளம் கற்பிக்கப்பட்டபோது வேதம், யக்ஞம், மந்திரம், வேதம் ஓதுகிற புரோகிதன் என எல்லாம் புனிதமயமாக்கும் அரசியல் நடந்தேறியது. வேதம் தன்னுடைய புனித பிம்பத்தைப் பிரம்மன், பிரம்மம், பிராமணர் மூலம் வலுவாகக் கட்டமைத்தது. வேதங்கள் தொடங்கிப் பிராமணங்கள், ஆரண்யகங்கள், உபநிடதங்கள் என்ற வைதிக சமய நூல்களின் வரிசை வளர்ந்தது. பிரம்மம் என்ற கருத்தியலைத் தத்துவமாக்கிட பயன்பட்ட உபநிடதங்கள் வேதாந்தத்தை உருவாக்கின. இது இந்தக் குணம் என்று சுட்டப்படக்கூடிய எந்தக் குணமும் இல்லாதது பிரம்மம் என்று உபநிடதம் வரையறுத்தது. தொடக்கத்தில் சூரியன், ஆகாயம், திசைகள் போன்றன பிரம்மம் எனப்பட்டன. வைதிகத் தத்துவவாதிகள் அருவமான, சூக்குமமான ஒன்றைப் பிரம்மம் என்று வரையறுத்திட முயன்றனர். பிரம்மம் புனிதமானதாகவும், சடப்பொருளான உலகம் தீட்டு என்றும் தரப்பட்ட வைதிகத் தத்துவ விளக்கம் முக்கியமானது. பிரபஞ்சம் சுயம் அற்றது; பிரம்மம் மட்டும் சுயமானது. எனவே சுயமற்ற உலகை அழிப்பதுடன், அதிகாரத்தின்

மூலம் பார்ப்பனர் எல்லாவிதமான செயல்களையும் செய்வதற்கு உரிமை வழங்கப்பட்டது. குறிப்பாக, விளிம்புநிலையினர்மீது அதிகாரம் செலுத்தலாம்; சமூகத்தில் நிலவுகிற எல்லாவிதமான ஏற்றத்தாழ்வுகளையும் நியாயப்படுத்தலாம்; பெண்களைத் தீட்டுக்குரியவர்களாக ஒதுக்கிடலாம் என்ற நிலை உருவாக்கப்பட்டது. அதற்கான வெளிப்பாடான மநு தருமம், இன்றளவும் மக்களைப் பிறப்பு, பால்ரீதியில் தீட்டு என இழிவுபடுத்தி ஒடுக்கிட வைதிக சநாதன மதம் வழி வகுத்துள்ளது.

வருணம், சாதிய அமைப்புகளின் உருவாக்கத்தில் யக்ஞங்கள் எனப்படும் வேள்விகள் முக்கிய இடம் வகிக்கின்றன. புருஷன் என்ற மகாமனிதனை வேள்வித்தீயில் பலியிட, அதிலிருந்துதான் பிரபஞ்சம், மனிதர்கள், உயிரினங்கள் உற்பத்தியானதாக வேதங்கள் குறிப்பிடுகின்றன. வேள்வித்தீயில் இருந்து உருவான புருஷனின் நெற்றியிலிருந்து பார்ப்பனரும், தோள்களில் இருந்து சத்திரியரும், தொடைகளில் இருந்து வைசியரும், கால்களில் இருந்து சூத்திரனும் தோன்றினர் என்ற வேதத்தின் விவரிப்பு, வருணக் கோட்பாட்டை முன்வைத்துள்ளது. உறுப்புகளில் இருந்து பார்ப்பனர் உள்ளிட்ட சாதியினர் தோன்றினர் என்ற கருத்தியல், வைதிகத்தின் அதிகாரத்தைச் சமூகத்தில் தக்க வைத்தது. வேதங்களைச் சூத்திரன் கேட்க நேர்ந்தால், அவனுடைய காதில் ஈயத்தைக் காய்ச்சி ஊற்றவேண்டுமென வலியுறுத்துகிற மநுதருமம் இன்றளவும் செல்வாக்குடன் இருக்கிறது. பொதுவாக, வைதிக மதம் எனப்படும் பார்ப்பனிய மதம் காலந்தோறும் சூழலுக்கு ஏற்றவாறு தகவமைத்துக்கொண்டு இன்றும் அதிகாரத்தில் வீற்றிருக்கிறது.

கடைசி உண்மை என்று பொருள்படும் ஏகாந்தம் என்ற தத்துவத்தை உபநிடதம் முன்மொழிந்துள்ளது. பிரம்மம் மட்டுமே ஒரே உயர்ந்த உண்மை; நிரந்தமானது; அழியாதது; மாறாதது; புனிதமானது என்ற உபநிடதக் கதையாடல், பன்மியமான உலகமும் மாற்றங்களும் உண்மையல்ல என்று வரையறுத்துப் பன்மியத்தைப் புனிதமற்றது, இழிவானது, இருட்டானது என்று மதிப்பிடுகிறது. கி.மு. 1,500 ஆம் ஆண்டிலிருந்து இந்தியாவிற்குள் நுழைந்த ஆரியர்கள், ஏற்கெனவே இங்கிருந்த இனக்குழுவினர்களிடமிருந்து தங்களை ஒதுக்கிக்கொள்ளவும், பிறரை ஒதுக்கிடவும் பிரம்மம்

என்ற கருத்தியலை முன்வைத்தனர். அதேவேளையில் ஜைனர்களின் அறிவுத்தோற்றக் கொள்கையின் சாரமான அநேகாந்த வாதமானது வைதிகத்தின் ஒற்றைத்தன்மை, புனிதம், அதிகாரம், மேலாதிக்கம் போன்றவற்றை எதிர்த்தது. சுருங்கக்கூறின் ஜைனம் பிரம்மத்தை மறுத்தது. பிரம்மம் ஆன்மா, யக்ஞம் போன்றவற்றுக்கு வைதிகம் அளித்த அதீதமான புனிதத்தைப் புத்தர் ஏற்கவில்லை. பௌத்தமும் ஜைனமும் ஒருவகையில் கடவுள் மறுப்புச் சிந்தனையை முன்வைத்ததுடன் பிரம்மத்தைக் கேள்விக்குள்ளாக்கின. வைதிகம் முன்வைத்த ஒற்றை என்பதற்கு மாற்றாக ஜைனம், பன்முகத்தை வலியுறுத்தியது. பௌத்தம் துக்கத்தை முனவைத்து உரையாடலைத் தொடங்கினாலும் கூட்டாகச் சேர்ந்திடும் சங்கத்தை வலியுறுத்தியது.

வேத காலத்தில் செல்வாக்குடன் விளங்கிய சாருவாகத் தத்துவம் வேதம், யாகம், மந்திரம், சடங்குகள், சமஸ்கிருதம், பிராமணர், சுருதி, தானம் போன்ற பார்ப்பனியத்தின் அடிப்படைகளைக் கடுமையாக விமர்சித்து எதிர்த்துள்ளது. “வேதங்களை அடிப்படையாகக்கொண்ட மொத்த சிந்தனையே பிழையானது. யாகங்களில் விலங்குகளைப் பலியிடுவதால் எந்தப் பயனும் ஏற்படப் போவதில்லை. நெருப்பில் நெய்யை வார்ப்பதால் மறுபிறப்புக்கு நல்லது என்பது சிறு பிள்ளைத்தனமான நம்பிக்கை. வேள்வியில் பலியிடும் விலங்கின் உயிர் சொர்க்கத்திற்குச் செல்லுமெனில், வேள்வியை நடத்துபவன் தனது தந்தையையே வேள்வியில் பலியிட்டு நேராக சொர்க்கத்திற்கு ஏன் அனுப்புவதில்லை? ஒருவன் உண்பதால் இன்னொருவனுக்கு வயிறு நிரம்புமெனில், வெளியூருக்குப் பயணம் சென்றவனின் வயிறு நிறைவதற்காக இங்கேயே சாப்பிடலாமா? அரிய பெரிய உண்மைகள் வானத்திலிருந்து ஒலிப்பதில்லை. அவை இங்குதான் நம்மால் விவாதிக்கப்பட்டு, கண்டறியப்பட வேண்டும். யாகங்கள் என்பவை பிராமணர்கள் தமது பிழைப்புக்காக ஏற்படுத்திக் கொண்டவை. பிராமணர்கள் முணுமுணுக்கும் மந்திரங்களில் எந்த உண்மைத்தன்மையும் கிடையாது”. இத்தகைய அறிவியல் பூர்வமான சாருவாகத்தின் கருத்துக்களை முன்வைத்த சாரு வாகர்களை வேதவிரோதிகள் என்று சமஸ்கிருத நூல்கள் அடையாளப்படுத்தியுள்ளன. வைதிகர்கள், சாருவாகத் தத்துவ நூல்களைத் தீக்கிரையாக்கினர். இன்றுவரை முழுமையான ஒரு சாருவாகத் தத்துவ நூல்கூட கிடைக்கவில்லை. சாருவாகத்தைப்

பற்றிய தவறுதலாகச் சித்திரிக்கப்பட்ட பிம்பமே இந்தியத் தத்துவ நூல்களில் இடம் பெற்றுள்ளது. ஆனால் சாருவாகர்கள் தொடங்கிய பார்ப்பனிய எதிர்ப்பு இன்றைக்கும் தொடர்கிறது. இந்தியத் தத்துவ மரபில் சாருவாகத் தத்துவம், வைதிகம் ஏற்படுத்திய பார்ப்பனியச் சார்புநிலையைக் கேள்விக்குள்ளாக்கிய கலகக்குரலாகும்.

இடைக்காலத்தில் ஏற்கெனவே நாட்டார் வழக்கில் இருந்த பல்வேறு கடவுள்கள், வழிபாடுகள், நம்பிக்கைகள் போன்றவை பக்தி இயக்கக் காலகட்டத்தில் வீறு கொண்டெழுந்தன. வைதிகம் முன்வைத்த பிரம்மம் உள்ளிட்ட ஒற்றைத்தன்மையை மறுத்திடும் நிலை உருவானது. பக்தி மரபின் வீச்சினை உள்வாங்கிய வைதிகம், நாட்டார் கடவுள்களுடன் சமரசம் செய்துகொண்டது. வைதிகத்தை முன்வைத்துப் பிழைப்பு நடத்திய வைதிகர்களின் நிலையைப் பேராசிரியர் ந. முத்துமோகன் துல்லியமாக விவரித்துள்ளார். "பக்தி அநேகத்தைக் கையகப்படுத்துவதில் வைதிகம் மிகவும் சிரமப்பட வேண்டியிருந்தது. ஆங்காங்கே யார்யார் சொன்ன கதைகளுக்கோ 'கங்கா ஜலத்'தைத் தெளித்துப் புனிதப்படுத்த வேண்டியிருந்தது. ஊர் ஊராகக் கறுத்த மனிதர்களோடு சென்று அவர்கள் கட்டிய கோயில்களுக்குக் கும்பாபிஷேகம் நடத்த வேண்டிவந்தது. தாம் கடைப்பிடித்து வந்த "ஒழுக்கங்களை" யெல்லாம் வட்டாரப் புனிதங்களுக்குச் சொல்லிக்கொடுக்க வேண்டி வந்தது. 'பிரபஞ்சத்தின் மையம் யக்ஞம்' என்ற பழைய தத்துவத்தை இரகசியமாக வைத்துக்கொண்டு பிரபஞ்சத்தின் மையம் கோயில்தான் என்று பேச வேண்டி வந்தது. பிரம்மம், யக்ஞம், சமஸ்கிருதம் ஆகியவற்றை மையமாகக்கொண்ட வருண சாதிப் படிநிலை அமைப்பை இப்போது கோயிலை மையமாகக்கொண்டு மறுகட்டமைப்பு செய்யவேண்டி வந்தது. அப்படியும் இப்படியுமாக எல்லாவற்றையும் சேர்த்துத் தைத்து மகாபுராணங்களை உருவாக்க வேண்டி வந்தது. இன்னொருபுறம், இத்தனையையும் செய்தபிறகு பழைய பிரம்ம தத்துவத்தையும் காத்துக்கொள்ள வேண்டியிருந்தது. கடுமையான சமரசங்களுக்குப்பிறகு எப்படியோ மீண்டும் அந்தப் படிநிலை அமைப்பு சில வேறுபாடுகளுடன் தக்க வைத்துக்கொள்ளப்பட்டது." வைதிகம் மாறிவரும் அரசியல் சூழலுக்கேற்ப தன்னியல்பை மாற்றிக்கொண்டதைப் பேராசிரியர் ந.முத்துமோகன் அழுத்தமான விமர்சனக் குரலுடன் பகடியாகப்

பதிவாக்கியுள்ளார். வேதம் ஓதுதல்தான் பார்ப்பனர் தொழில்; பார்ப்பனர் கடல் கடந்து செல்லக்கூடாது என வைதிக மதம் கட்டமைத்திருந்த விதிகளை மீறிய பார்ப்பனர்கள், மேலை நாடுகளுக்குச் சென்று வெவ்வேறு தொழில்கள் செய்தாலும் இந்தியா புண்ணிய பூமி; வேதங்களின் நாடு என்ற புனைவைத் தொடர்ந்து பரப்பிக்கொண்டிருக்கின்றனர். அந்தக் கருத்துகளை அப்படியே எவ்விதமான விமர்சனமும் இல்லாமல் நகலெடுத்துச் சிலர் கிளிப்பிள்ளை போலப் பேசுகின்றனர்.

இந்தியா என்றால் வேதங்களின் நாடு என்று புல்லரிப்புடன் சிலாகிக்கிற குரல், இருபதாம் நூற்றாண்டின் தொடக்கதில் இருந்து பரவலாக ஒலிக்கிறது. அது, உண்மையல்ல. பொதுப் புத்தியில் இந்தியா என்றால் ஆன்மீகம் கொழித்திடும் மண், புண்ணிய பூமி, புனித பூமி எனக் காலந்தோறும் சநாதனவாதிகள் கட்டமைத்துள்ள புனைவுகளைக் கேள்விக்குள்ளாக்கிட வேண்டிய நேரமிது. யோகா, தியானம் என்ற விளைபொருள்களை முன்வைத்துக் காரப்பரேட் சாமியார்கள் உருவாக்கிடும் ஆன்மீக பிராண்டுகளுக்கு இந்தியாவிலும் மேலைநாடுகளிலும் வரவேற்பு இருக்கிறது. சிவராத்திரி இரவில் கார்ப்பரேட் சாமியார் ஜக்கி வாசுதேவ் புனைந்திருக்கிற வேடமும் ஆடுகிற ஆட்டமும் ஆன்மீகத்தின் வெளிப்பாடு என்ற நம்பிக்கை, அயல் நாட்டவரிடமும் இருக்கிறது. நாடெங்கும் இருக்கிற சங்கர மடங்களும், வைணவ ஜீயர்களின் மடங்களும் சைவ மடங்களும் ஏதோ ஒருவகையில் மக்களின் சமயக் கருத்தியல் உருவாக்கத்தில் செல்வாக்குச் செலுத்துகின்றன. இன்றைக்கு அறிவியல் தொழில்நுட்பம், பகுத்தறிவு போன்றன பரவலான பின்னரும் மதங்களின் ஆதிக்கம் எவற்றின் அடிப்படையில் நடைபெறுகின்றது என்ற கேள்வி தோன்றுகிறது. ஏதோவொரு தத்துவத்தின் பின்புலத்தில் உருவாக்கப்படும் சமூக அமைப்பு, மத நிறுவனத்தின் அதிகாரத்தை வலுப்படுத்துகிறது. பரந்துபட்ட உழைக்கும் மக்களுக்கும் தத்துவங்களுக்கும் தொடர்பு இல்லை என்று மேலோட்டமாகத் தோன்றுகிறது. யதார்த்தத்தில் நிலவுகிற ஆளும் வர்க்கத்தின் ஒடுக்குமுறைக்கு அடிபணிகிற அடிமை உடல்களைத் தயாரிக்கிற பணியை மத அடிப்படைவாதத் தத்துவங்கள் செய்கின்றன. பிரம்மம், ஆன்மா, சுயம், சூன்யம், துக்கம் போன்ற சொற்களை முன்வைத்துத் தத்துவ விளக்கங்கள் மூலம்

வைதிக மத நிறுவனம் கட்டமைக்கிற அரசியல் ஒருபுறம் எனில், 'தலையெழுத்து', 'பிறந்த நேரம் சரியில்லை', 'எல்லாம் விதி', 'நம்ம கையில் எதுவுமில்லை', 'எல்லாம் தலை விதி' போன்று சுருக்கமான அளவில் கேப்ஸ்யூல் தத்துவங்கள் இன்னொருபுறம் வலுவாக இருக்கின்றன. இதனால் ஆட்சியாளர்களின் அதிகாரத்திற்குச் சார்பான கருத்தியல் பாமரரிடமும் பரவியுள்ளது. எல்லாம் மாயை என்ற சிந்தனை உழைப்பாளர்களிடமும் செல்வாக்குடன் விளங்குவதற்குக் காரணம் வைதிகத் தத்துவம்தான். புறநிலையில் ஐந்து புலன்களை ஒடுக்குவதை உன்னதமாகப் போதிக்கிற வைதிக மதம், எல்லாக் காலகட்டங்களிலும் சாதிய நிறுவனத்துடன் கைகோத்துக்கொண்டுள்ளது. நிலவுகிற சாதிய முறையைப் பிரம்மம் உள்ளிட்ட வைதிகத் தத்துவங்கள் ஆதரிக்கின்றன என்பதுதான் உண்மை.

வேதாந்தத்தின் பிரம்மன் உலகியல் செயல்களை ஏற்காமல் உலகில் நிகழ்கிற மாற்றங்களை மாயை என்று மதிப்பிடுவதைச் சங்கரரின் அத்வைதத் தத்துவம் விளக்குகிறது. அதேவேளையில் அரசியல், அதிகாரம் என்ற நிலையில் பிரம்மத்தின் இன்னொரு முகத்தைப் பகவத்கீதை விவரிக்கிற தத்துவத்தின் மூலம் அறிந்திடலாம். சத்திரியர்களின் செயல்பாடுகளைக் கடமைகளாக்கி, உக்கிரமாகச் செயல்படத் தூண்டுகிற பிரம்மம், ' நான் செயல்பட மாட்டேன். நீ செயல் படு. வருண விதிகளின் அடிப்படையில் செயல்பட வேண்டியது உனது கடமை. உனது செயல்களின் பலன்களை எதிர்பார்க்காதே' என்று பிரம்மம், நிஷ்காமிய கர்மம் என்ற் பெயரில் புதிய தத்துவத்தைப் போதிக்கிறது. சத்திரியன் செயல்பட வேண்டியது வருணக் கடமை என விதி வகுக்கிற பிரம்மம், சமூகத்தில் தன்னுடைய ஆதிக்கத்தை வலுவாக நிலை நிறுத்தியுள்ளது. இந்திய விடுதலைப் போராட்டத்தின்போது கடமையைச் செய் பலனை எதிர்பாராதே, போன்ற கீதையின் வாசகங்களை முன்னிறுத்திய திலகரின் அரசியல் தத்துவத்திலும் வேதாந்தம் பொதிந்திருக்கிறது. இன்றைக்கும் கீதையின் வாசகங்கள் முக்கியமானவை என்ற நம்பிக்கை எங்கும் பரவலாக இருப்பது தற்செயலானது அல்ல. அது, முற்றிலும் வைதிக அரசியலுக்குச் சார்பானது.

‘இந்தியா என்றால் ஒற்றை நாடு’ என்று ஆர் எஸ்.எஸ்., பி.ஜே.பி., கும்பல்கள் முன்னிறுத்துகிற அரசியல் கார்ப்பரேட்டுகளின் வர்க்க நலன்களுக்குச் சார்பானது. பெரும்பான்மையான இந்தியர்களை இந்து மதம் என்ற போதையில் ஆழ்த்தி, வைதிக சநாதத்தை ஏற்றுக்கொள்கிற நுண்ணரசியல் எல்லா மட்டங்களிலும் நடைபெறுகிறது. இரண்டாயிரமாண்டுகளாக இந்தியத் தத்துவ மரபில் புலனடக்கம், பற்று, பந்தம், பாசம், ஆசை, அப்பாலை உலகம் போன்றவை முன்னிலைப்படுத்தப்பட்டுள்ளன. நான் என்ற ஆணவம் ஒழித்தல், அகந்தை ஒழித்தல், எல்லாம் மாயை என்ற வைதிக மதத்தின் கோட்பாடு சொர்க்கம், நரகம் என்ற கருத்தியலை முன்வைத்து நிலவுகிற சமூக அமைப்பை பெரும்பாலானோர் முணுமுணுப்பு இன்றி ஏற்கின்ற நிலையை வைதிக மதம் உருவாக்கியுள்ளது.

இருபதாம் நூற்றாண்டில் சர்வபள்ளி ராதாகிருஷ்ணன் தொடங்கி, அன்னி பெசண்டின் தியாசபிகல் சொசைட்டி, ஆரிய சமாஜம், பிரம்ம சமாஜம் போன்ற அமைப்புகள் இந்தியத் தத்துவமாக முன்வைத்த வைதிகம், இன்றைக்கு ஆர்.எஸ்.எஸ், விஷ்வ ஹிந்து பரிஷத், இந்து முன்னணி, பாரதிய ஜனதா போன்ற அமைப்புகளால் புனிதமாக்கப்பட்டுள்ளது. இந்தியத் தத்துவம் என்று சநாதனவாதிகளால் முன்வைக்கப்படும் வேதகாலப் பெருமைக்குப் பின்னால் சாதியமைப்பு முறை பொதிந்துள்ளது. சமூகத்தில் சாதிய அமைப்புகள் நேரடியாகச் செய்ததை வைதிகத் தத்துவங்கள் நுட்பமான முறையில் மறைமுகமாகச் செய்ததுடன், நிலவுகிற ஏற்றத்தாழ்வான சாதிய அமைப்பிற்குத் தளமைத்துத் தந்துள்ளன. வேதாந்தத்திற்கும் சாதியத்திற்கும் நெருக்கமான தொடர்பு இருப்பதனால்தான் பிரமத்திற்கும் உலகினுக்கும் தீட்டு என்ற கருத்து முன்வைக்கப்பட்டுள்ளது. பிரம்மம் கறாராகத் தீண்டாமையைப் பின்பற்றித் தூய்மையைப் பாதுகாத்திட வேண்டு மென்று வேதாந்தம் வலியுறுத்துகிறது. பிரம்மம் தன்னுடைய தூய்மையை முன்மொழிந்திட உலகம் மாயை, உடல் மாயை, உழைப் பாளர்கள் மாயை, பிறப்பு, இறப்பு, நிலம், இரும்பு, ரத்தம் போன்ற வையும் மாயை என்கிறது. நிலத்தில் வேலை செய்கிற உழவர்கள் உள்ளிட்ட தொழிலாளர்கள், இறந்த விலங்குகளின் தோல்களைப் பதனிடுகிறவர்கள், பறை அடிக்கிற கலைஞர்கள், ரத்தத்தைத்

தீண்டி வேலை செய்கிறவர்கள் போன்ற உழைப்பாளர்களைத் தீட்டுக்குரியவர்கள் என்று வேதாந்தம் அடையாளப்படுத்துகிறது. இவை போன்ற தொழில்களைச் செய்கிற உழைப்பாளிகளுடன் கலந்துவிடாமல் இருப்பதே பிரம்மத்தின் தூய்மை என்று குறிப்பிடுகிற வேதாந்தம் தான் இந்தியத் தத்துவம் என்பது பெருமைக்குரியதா? சாதியத்தின் வேர்களைத் தாங்கிப் பிடிக்கிற வேதாந்தம், உழைக்கும் மக்களாகிய விளிம்புநிலையினருக்கு எதிரானது என்ற புரிதல் இன்றைக்கு அவசியம்.

பிரம்ம ஞானம் பற்றிய அறிவு வைதிகத் தத்துவத்தில் மிகவும் போற்றப்படுகிறது. பிரம்மன் பற்றிய அறிவே உயர்ந்த அறிவு என்று உபநிடதமும் பிரம்ம ஞானமே ஒரே ஞானம் என்று வேதாந்தமும் பிரம்மத்தை அறிவதன்மூலம் எல்லாவற்றையும் அறிந்திட முடியும் வைதிகத் தத்துவமும் போதிக்கின்றன. பிரம்ம ஞானம் என்பது சமூகத்தை உருவாக்கி, மக்களுக்குச் சேவை செய்கிறவர்களை முழுக்கப் புறக்கணிக்கிறது. சட்டி பானை செய்தல், படகு கட்டுதல், மீன் பிடித்தல், உழவுத் தொழில், சமையல், துணி நெய்தல், இரும்பு வேலை, மருத்துவம் செய்தல், துணி வெளுக்கிற தொழில் போன்றவற்றைச் செய்திட பிரம்ம ஞானம், பிரம்மம் உதவிடுமா என்ற கேள்விகள் தோன்றுகின்றன. பிரம்ம ஞானம் பற்றிப் பேராசிரியர் ந.முத்துமோகன் எழுப்பியுள்ள பின்வரும் கேள்விகள் முக்கியமானவை.

"பிரம்ம ஞானத்தில் வெட்டியானின் அறிவு அடங்குமா? மண்ணைப் பற்றிய அறிவையும், விதை நெல்லை விளைச்சலாக்கும் அறிவையும் பிரம்ம ஞானம் தருமா?

வீட்டில் யாரேனும் இறந்தால், ஊரில் கால்நடைகள் இறந்து போய்விட்டால் அந்த இறந்த உடல்களை எப்படி அகற்றுவது என்ற அறிவைப் பிரம்ம ஞானம், சொல்லித் தருமா?

கால்நடைகள் இறந்துபோன பின் அவற்றின் தோலை எடுத்துப் பதப்படுத்தி செருப்பாகவும் பறையாகவும் இன்னும் பல பொருட்களாகவும் செய்யும் ஞானம், பிரம்ம ஞானத்தில் உண்டா?

பனை ஏறுபவரின் ஞானம் பிரம்ம ஞானத்தில் இடம் பெறுகிறதா? பதனீரைக் கருப்புக்கட்டியாக்கும் அறிவு, பிரம்ம ஞானத்தால் வருமா?"

சாதியத்தின் கொடூரமான அம்சங்களுக்கு வேதாந்தம் என்ற பெயரில் தத்துவ முலாம் பூசுகிற வேலையைக் காலந்தோறும் வைதிகத் தத்துவம் செய்துகொண்டிருக்கிறது என்று பேராசிரியர் ந.முத்துமோகன் அரசியல்ரீதியில் வரையறுத்துள்ளார்.

இந்தியாவிற்குள் நுழைந்து அதிகாரத்தைக் கைப்பற்றிய இஸ்லாமிய மன்னர்கள், எல்லா மன்னர்களையும் போலத்தான் படையெடுத்துக் கொள்ளையடித்து, மக்கள்மீது அதிகாரத்தையும் சுரண்டலையும் செலுத்தினர். வைதிகத் தத்துவத்தை முன்வைத்துப் புரோகிதமும் வேள்வித்தீயும் வளர்த்த பார்ப்பனர்களுக்கு இஸ்லாமியரின் ஆட்சியின்மீது வெறுப்பும் முரண்பாடும் ஏற்பட்டதற்குக் காரணம், வைதிகம் உருவாக்கிப் போற்றிய வருணக் கோட்பாடு, சாதிய ஏற்றத்தாழ்வின் புனிதத்துவம் குறித்து இஸ்லாமிய மன்னர்களுக்கு அக்கறை இல்லை என்ற நிலைப்பாடுதான். இஸ்லாமிய மன்னர்கள் நாடெங்கும் வணிகப் பெருவழிகளையும் பெரிய நகரங்களையும் கடை வீதிகளையும் கட்டமைத்தனர். தோல் பதனிடுவோர், சாயம் காய்ச்சுவோர், கொத்தர், கொல்லர், மர வேலை செய்வோர், நூலாடை நெய்வோர் போன்ற தொழிலாளர்களுடன் கைவினைஞர்களின் பொருளியல் வாழ்க்கை வளமடைந்தது. போர் வீரர்கள், அரசு அலுவலர்கள், வணிகர்களின் எண்ணிக்கை பெருகியது. முன்னர் தீட்டுத் தொழில் புரிந்தோர் என ஒதுக்கப்பட்டவர்களும் சூத்திரர்களும் சமூக அடுக்கில் புதிய வாழ்க்கையும் கௌரவமும் பெற்றனர். இஸ்லாமிய மன்னர்களின் ஆட்சியில் சாதியப் படிநிலைகளில் ஏற்பட்ட மாற்றங்களைச் சகித்துக்கொள்ளாத வைதிகர்கள் அடைந்த எரிச்சல், வெறுப்பு அரசியல், காலந்தோறும் தொடர்கிறது. அந்தப் போக்கு இன்று எளிய இஸ்லாமியர்களின்மீது வன்முறையாகத் திரும்பியுள்ளது. இந்தியாவில் ஆங்கிலேயரின் காலனியாதிக்கத்தை எதிர்த்து முதன்முதலாகக் குரல் எழுப்பியவர்களும் போராடியவர்களும் இஸ்லாமிய மன்னர்கள் என்ற வரலாற்றுப் பதிவை இங்குக் குறிக்க வேண்டியுள்ளது.

பிரிட்டிஷாரின் ஆட்சியில் ஆங்கிலத்தைக் கற்று, ஆங்கிலேய அரசாங்கத்தில் உயர் பதவிகளை வகித்த உயர் சாதியினரில் பார்ப்பனர்கள் முதன்மை இடம் வகித்தனர். பிரிட்டிஷாரின்

காலனிய ஆட்சிக் காலகட்டத்தில் ஆயிரமாண்டுகளாக வேதாந்தம், பிரம்மம் என்று வைதிகத் தத்துவம் கட்டமைத்திருந்த விதிகள் கேள்விக்குள்ளாகின. மநு தரும சாஸ்திரம் என்ற பெயரில் பிறப்பு, பால் அடிப்படையில் ஏற்றத்தாழ்வும் தீண்டாமையும் கற்பித்து, சமூக அடுக்கில் பார்ப்பனர் வகித்திருந்த உச்சநிலை, ஆங்கிலேயரால் புதிதாக அமல்படுத்தப்பட்ட சமூகச் சீர்திருத்தங்களினால் மெள்ள ஆட்டங்கண்டது. இந்தியாவில் பிரிட்டிஷ் காலனிய அரசின் திருத்தப்பட்ட சாசனச் சட்டம் (1833), 87 வது பிரிவின்படி "இந்தியாவில் வாழும் எந்தவொரு குடிமகனும் அவனது மதம், பிறப்பிடம், வம்சம், வர்ணம் என்னும் எந்தவொரு காரணத்தாலுமோ அன்றி அவையாவற்றானுமோ கம்பெனியில் வேலை மேற்கொள் வதைத் தடுக்கக்கூடாது." என்று வேலை வாய்ப்பைப் பொது வாக்கியது. இந்தச் சட்டம் பிறப்பின் அடிப்படையில் குறிப்பிட்ட சாதியினர் பரம்பரைத் தொழிலை மட்டும் செய்ய வேண்டுமென்ற வைதிகத்தின் விளைபொருளான மநு தருமக் கோட்பாட்டைக் கேள்விக்குள்ளாக்கியது. ஆயிரமாண்டுகளாக மன்னர்களைச் சார்ந்து பிரம்மதேயம் பெற்று, கிராமப்புற நில உற்பத்தியைக் கொள்ளையடித்ததுடன், வேதக்கல்வி மூலம் சமஸ்கிருத மொழியை முன்னிறுத்தி, அதிகாரத்தில் வீற்றிருந்த பார்ப்பனர்களின் உச்சநிலை, சிதலமடையத் தொடங்கியது. இன்னொருபுறம் ஆங்கிலேயர் அமல்படுத்திய பெண்கள் உடன் கட்டை ஏறுதலைத் தடுத்தல், குழந்தைத் திருமணம் ஒழிப்பு போன்ற சமூகச் சீர்திருத்தங்கள் வருணாசிரம முறையை ஒழித்துவிடுமென்று கருதிய வைதிகர்கள் பயந்தனர். சாதிய அடுக்குமுறையில் ஏற்பட்ட சீர்திருத்தங்களைப் பொறுத்துக்கொள்ள முடியாத பார்ப்பனர்கள்தான் தொடக்கத்தில் பிரிட்டிஷாரின் காலனிய அரசியலுக்கு எதிரான போராட்டத்தைத் தொடங்கினர். இந்திய விடுதலைப் போராட்டப் பின்புலத்தில் உயர்சாதி இந்துக்களின் நலன்கள் பொதிந்திருப்பதன் வெளிப்பாடுதான் காங்கிரஸ் கட்சிக்குள் நிலவிய தீவிர வாதம், மித வாதம் போன்ற பேச்சுகள்.

ஆங்கிலேயரைத் துப்பாக்கி புல்லட்கள், வெடிகுண்டுகள் மூலம் விரட்டிட முயன்ற வாஞ்சி அய்யர் போன்ற பார்ப்பனர்கள், ஒருவகையில் வைதிக சநாதனத்தை மீண்டும் நடைமுறைப்படுத்திட முயன்றனர். ஆங்கிலேயரான திருநெல்வேலி மாவட்ட

ஆட்சியர் ஆஷ் துரை, பட்டியல் இனத்தினருக்கு ஆதரவாக செயல்பட்டார். ஆஷ் துரையைச் சுட்டுக்கொன்று, தானும் தற்கொலை செய்துகொண்ட வாஞ்சி அய்யரின் சட்டைப்பையில் இருந்த காகிதத்தில், வருணாசிரமத்தின் வீழ்ச்சியைப் பொறுக்க முடியாமல்தான், ஆங்கிலேயனைக் கொலை செய்ததாக ஒப்புதல் வாக்குமூலம் தந்திருக்கிறார். "ஆங்கிலேய சத்ருக்கள் நமது தேசத்தைப் பிடுங்கிக்கொண்டு அழியாத சநாதன தர்மத்தைக் காலால் மிதித்துத் துவம்சம் செய்து வருகிறார்கள்... கேவலம் கோ மாமிசம் தின்னக்கூடிய ஒரு மிலேச்சனாகிய ஜார்ஜ், பஞ்சமனை *(George V)* முடி சூட்ட உத்தேசம் செய்துகொண்டு, பெருமுயற்சி நடந்து வருகிறது." என்ற வாஞ்சிநாதனின் கடித வாசகங்கள் முக்கியமானவை. *(ஆதாரம்: Home Dept. (Poll) Proceedings File No. 41 44, PartB August 1911 National Archives, New Delhi)* மாட்டு இறைச்சி உண்ணுகிற வழக்கமுடைய ஜார்ஜ் மன்னனைப் பஞ்சமன் என்று சாதியரீதியில் இழிவாக வாஞ்சி அய்யர் குறிப்பிட்டு இருப்பது அவருடைய வைதிக சநாதன மனநிலையின் வெளிப்பாடு. இன்று வாஞ்சிநாதன் பெயரில் வாஞ்சி மணியாச்சி சந்திப்பு, செங்கோட்டையில் நினைவு மண்டபம், சிலை போன்றன ஏற்படுத்தப்பட்டிருப்பதற்குக் காரணம் வைதிகத்தின் அரசியல் செல்வாக்குதான்.

இன்றளவும் வேதம் ஓதுதல், ஆகம விதிகள் என்ற பெயரில் பார்ப்பனர் சாதிய அடுக்கில் உயர்ந்த இடத்தைப் பெறுவதற்கு இந்திய அரசியலமைப்புச் சட்டத்தையும் துணையாகக் கொண்டிருப்பது வைதிகத் தத்துவத்தின் செல்வாக்குதான் முதன்மைக் காரணம். இந்தியத் தத்துவம் என்ற பெயரில் வைதிகத் தத்துவத்தை முன்னிறுத்திய அரசியல் எல்லா வழிகளிலும் வெளிப்பட்டுள்ளது. அந்தப் போக்குகள் குறித்து விரிவாகக் கண்டறிந்திட வேண்டியுள்ளது.

தமிழில் முதன்முதலாகப் பிரசுரமான காந்திய நாவல் என்று கருதப்படுகிற வி.என்.ரங்கசாமி ஐயர் 1922 ஆம் ஆண்டு எழுதிய 'சபேசன் அல்லது சுதந்திர ரக்ஷகன்' என்ற நாவல், தேசிய உணர்ச்சியின் வெளிப்பாடாகும். தேசிய உணர்வும், விடுதலைப் போராட்டமும் ஒத்திசைந்திட வேண்டுமெனக் கருதுகிற நாவலாசிரியர் வி.என். ரங்கசாமி அதன் விளைவாகக் கருதுவது வருணாசிரமத்திற்குச் சார்பானதாகும்.

"தேசிய உணர்ச்சி அற்றுப்போய் விட்டபடியால், நம் சமுதாய வர்ணாஸ்ரம தர்மங்கள் இகழப்பட்டு, அன்னிய பாஷைக்கும், நாகரிகத்திற்கும் அளவு கடந்த மதிப்பு உண்டாகி விட்டது"(ப.7). தேசிய உணர்ச்சி இல்லாமல் போனதால் வருணாசிரமம் என்ற பெயரில் நிலவிய பிறப்பின் அடைப்படையிலான ஏற்றத்தாழ்வும், தீண்டாமையும் போய்விட்டதாக நாவலாசிரியரின் வருத்தம், வைதிகத் தத்துவத்துடன் தொடர்புடையதாகும்.

இந்தியாவில் சிருங்கேரி, பூரி போன்ற இடங்களில் செயல்படுகிற சங்கர மடங்களின் மடாதிபதிகளும், தமிழ்நாட்டில் செயல்படுகிற சைவ மடங்களின் மடாதிபதிகளும் வைதிகத் தத்துவம் குறித்து எதிர்க்கருத்துகளை முன்வைக்கவில்லை. இந்துகள் எல்லாம் ஒன்று என்று அரசியல் பேசுகிற மடாதிபதிகள் தங்களுடைய பூநூல்களைக்கூடக் கழற்றவில்லை. அறிவியல் தொழில்நுட்பத்தின் எல்லாவிதமான வசதிகளையும் அனுபவிக்கிற மடாதிபதி, மனிதர்கள் தூக்குகிற பல்லக்கில்தான் நகர்வலம் வருவேன் அடம் பிடிக்கிறார். இத்தகைய மடாதிபதிகளுடன் கைகோத்துள்ள இந்து முன்னணி அமைப்புகள், கிராமத்துக் கோவில்களில் பூசை செய்கிற பூசாரிகளையும் வைதிக நெறிக்குள் கொண்டுவர முயலுகின்றன. எல்லா இந்துக்களும் ஆகம விதிகளைப் பின்பற்றுகிற பெரிய கோவில்களின் கருவறைக்குள் நுழைந்து பூசை செய்யலாம் என்று சொல்வதற்கு எந்தவொரு மடாதிபதியும் முன்வராத சூழல்தான் இன்றைக்கும் நிலவுகிறது. வைதிகத் தத்துவத்தைப் பின்பற்றுகிற நெறிமுறையில் மாற்றங்களை விரும்பாத மடாதிபதிகள், கோடிக்கணக்கான சொத்துக்களுடன் சுகவாசிகளாக இருக்கின்றனர். கிராமப்புறத்தில் தலித்துகள் மீதான சாதிய ஒடுக்குமுறை தொடர்கின்றது. வட இந்தியாவில் சமைப்பதற்காக வைத்திருந்த இறைச்சியை மாட்டு இறைச்சி என்று சொல்லி தலித்துகள் கொல்லப்பட்டனர். தீட்டு, தீண்டாமை இன்றைக்கும் நிலவுகிற இந்தியா எப்படி புண்ணிய பூமியாகும்?

காஞ்சி மடாதிபதி சந்திரசேகரேந்திர சரஸ்வதியின் உரைகளில் இருந்து சில மேற்கோள்களை வைத்து இன்றைய வைதிக இந்து சமய மடாதிபதிகளின் மனநிலையைப் புரிந்துகொள்ள முடியும். அவை பின்வருமாறு:

“ஹிந்து மதத்தில் மட்டும் சமூக வாழ்வுக்கான அடிப்படை ரொம்பவும் கெட்டியாக ‘வர்ணாச்ரம தர்மம்’ என்ற விசேஷமான அம்சம் உண்டாயிருக்கிறது.”

“இன்னமும் முழுக்க அணைந்து பெரியவர்களிடமாவது இருக்கிற நாலு பொறி ஸநாதன தர்மத்தை ஊதிஊதி எல்லாரிடமும் பரவச் செய்யலாம் என்பது பேராசை.”

“மற்ற மதங்கள் போய்விட்ட போதிலும் இது மட்டும் பதினாயிரம் வருஷமாகப் போகாமலிருக்கிறதென்றால், அவைகளில் இல்லாத எதுவோ இதில் இருக்கிறது என்றுதானே அர்த்தம்? அது என்ன என்று பார்த்தால், வர்ண தர்மம்தான் நமக்கு மட்டும் பிரத்யேகமாக இருக்கிறது.”

“எல்லாருக்கும் அநுஷ்டானம் ஒன்று என்று சமமாக வைத்துக் கொண்டிருந்த பெரிய பெரிய மதங்களை எல்லாம் காலப் பிரவாகம் எங்கேயோ அடித்துக்கொண்டு போயிருக்கிறது. ஆனால் பல வகுப்பாகச் சமுதாயத்தை வர்ண தர்மத்தில் பிரித்து வைத்திருக்கிற நம் மதமோ இன்றளவும் ‘என்னை யார் என்ன செய்துவிடமுடியும்?’ என்று மூச்சைக் கெட்டியாகப் பிடித்துக்கொண்டு உயிர் வாழ்கிறது.”

எல்லாம் மாயை என்று போதிக்கிற சங்கரரின் தத்துவத்தைப் பின் பற்றுவதாக அறிவிக்கிற காஞ்சி சங்கராச்சாரியரான மடாதிபதிக்கும், நடப்பு அரசியலுக்கும் நெருங்கிய தொடர்பு நிலவுகிறது. ஒருவகையில் அரசியல் தரகர்களாகச் செயல்படுகிற மடாதிபதியின் செயல்பாடுகளையும் பேச்சுகளையும் அவதானிக்கையில் இன்றும் தீட்டு, தீண்டாமையைப் பின்பற்றுவதைக் காண முடியும். இதுதான் இந்தியா புனித பூமி என்பதன் அடையாளமா?

இடைக்காலத்தில் மத நிறுவனங்களுக்கு இடையில் மோதல் ஏற்பட்டபோது, அன்பே சிவம் என்று போதித்த சைவ சமயத்தினர், மதுரை நகரில் 8,000 ஜைனத் துறவியர்களைக் கழுவேற்றிய நிகழ்ச்சியைப் பெருமையுடன் குறிப்பிட்டுள்ளனர். இன்றும் ஆண்டுதோறும் கழுவேற்றும் நிகழ்ச்சி, மீனாட்சி கோவிலில் திருவிழாவாகக் கொண்டாடப்படுகிறது. வைக்கம் நகரில் கோவில் தெருக்களில் நாய், பன்றி போகலாம் , ஒடுக்கப்பட்ட சாதியினர்

செல்லக்கூடாது என்று விதிக்கப்பட்டிருந்த தடையை எதிர்த்த போராட்டத்தில் பங்கேற்ற பெரியாரின் செயல்பாடுகள் வரலாற்றுப் பதிவுகள். இன்றைக்கு இந்துகள் என்று குறிப்பிடப்படுகிற தலித்துகளையும் ஒடுக்கப்பட்ட சாதியினரையும் மதுரை மீனாட்சியம்மன் கோவிலுக்குள் நுழைந்து வழிபாடு செய்திட 1939 ஆம் ஆண்டில்கூட அனுமதிக்கவில்லை என்பது கசப்பான வரலாறு. சக மனிதர்களைப் பிறப்பின் அடிப்படையில் இழிவுபடுத்தி, ஒதுக்கிய வைதிக தத்துவப் பின்புலத்தில் அணுகிடும்போது இந்தியா புண்ணிய பூமி என்ற கருத்து ஏற்புடையதன்று.

மதங்களை, நிறுவனங்களைக் கட்டமைத்திட பின்புலமாக விளங்குகிற தத்துவங்கள் அடிப்படையில் பலவீனமானவை. குறிப்பாக, வைதிகத் தத்துவத்தை முன்வைத்து இந்தியா ஞான பூமி என்ற சொல்லாடலின் மறு பக்கத்தைக் கண்டறிந்திட வேண்டும். இந்திய மக்களுக்கு மத போதையை ஊட்டி, வன்முறையாளர்களாக மாற்றிட மதங்கள் பயன்பட்டுள்ளன. இந்நிலைக்குப் பிரம்மம் பேசுகிற வைதிக மதமும் விதிவிலக்கு அல்ல. இந்திய வரலாற்றில் நடைபெற்ற முக்கியமான மதக் கலவரங்கள் குறிப்பிடத்தக்கன.

ஆங்கிலேயரின் காலனியாதிக்கத்தினால் உருவாக்கப்பட்ட இந்தியா விடுதலையடைந்தபோது இந்தியா, பாகிஸ்தான் என இரு நாடுகள் தோன்றின என்று சொல்வதற்கு மாற்றாக முஸ்லிம்களின் பிடிவாதம் காரணமாக இந்தியாவிலிருந்து பாகிஸ்தான் பிரிந்தது என்ற சொல்லாடல், பெரிய மதக் கலரவத்தை ஏற்படுத்தியது. ஒன்றேகால் கோடி மக்கள், நாடு, வீடு, வசிப்பிடம், சொத்துக்களைவிட்டுப் புலம் பெயர்ந்தனர்; சுமார் 10 லட்சம் மக்கள் வன்முறைகளில் கொல்லப்பட்டனர்; பல்லாயிரக்கணக்கான பெண்கள் பாலியல் வன்புணர்வுக்குள்ளாக்கப்பட்டனர். உலக வரலாற்றில் அதிக எண்ணிக்கையில் பெண்கள் பாலியல் வல்லுறவுக்குள்ளாக்கப்பட்ட சாதனை, புண்ணிய பூமியான இந்தியாவில்தான் நடைபெற்றுள்ளது. இந்திய வரலாற்றில் இவைபோன்ற கொடூரமான நிகழ்ச்சிகளுக்கு ஒப்பீடாகச் சொல்லிட எதுவுமில்லை. இந்து, முஸ்லிம் மத அடிப்படைவாதிகளின் திட்டமிட்ட செயல்பாடுகளின் விளைவுகள் இரு நாடுகளிலும் இன்றளவும் தொடர்கின்றன. இந்த வரலாற்றுப் பின்புலம் கொண்ட இந்தியா எப்படி புண்ணிய பூமியாகும் என்ற கேள்வி தோன்றுகிறது.

1984 அக்டோபர் 31ஆம் தேதி இந்திய பிரதமர் இந்திராகாந்தி அவருடைய சீக்கிய மெய்க்காவலர்களால் படுகொலை செய்யப் பட்டார். அதையடுத்து, டெல்லியில் காங்கிரஸ் கட்சியினர் சீக்கிய சமூகத்தினர் மீது நடத்திய தாக்குதல் காரணமாக 3,000 க்கும் கூடுதலான சீக்கியர்கள் கொல்லப்பட்டனர்; நாடெங்கும் சீக்கியர்கள் மீதான தாக்குதல்கள் கொடூரமாக நடைபெற்றன. "பிரதமர் இந்திரா காந்தி படுகொலை செய்யப்பட்டபிறகு, சீக்கியர்களுக்கு எதிரான மக்களின் சீற்றம் வன்முறையாக வெளிப்பட்டது. அவரின் படுகொலை இந்தியாவையே உலுக்கிவிட்டதாக மக்கள் கருதியதையும் உணர்ந்தேன். ஒரு பெரிய மரம் வேரோடு கீழே விழுந்தால், அதன் தாக்கம் நில அதிர்வாக வெளிப்படும்' என்று நாட்டின் பிரதமரும் இந்திரா காந்தியின் மகனுமான ராஜிவ் காந்தி கூறினார். சிறுபான்மை மதத்தினரான சீக்கியர்கள் மீதான வன்முறையை முன்னின்று நடத்தியவர்கள் பெரும்பான்மை இந்துகள் என்ற நிலையில் இந்தியா எப்படி ஆன்மீக பூமியாகும்?

2002 பிப்ரவரி 27 ஆம் தேதி கோத்ரா ரயில் நிலையம் அருகே சபர்மதி எக்ஸ்பிரஸ் ரயிலில், இரு பெட்டிகள் திடீரெனத் தீப்பிடித்ததில் 59 கரசேவர்கள் எரிந்தனர். இந்தக் கொடூரமான சம்பவத்தைத் தொடர்ந்து குஜராத் மாநிலத்தில் இரண்டு மாத காலம் நடைபெற்ற மதக் கலவரத்தில் 3,000 க்கும் கூடுதலான இஸ்லாமியர்கள் கொல்லப்பட்டனர். இச்சம்பவத்தைத் தடுக்க அப்போதைய குஜராத் மாநில அரசு தவறிவிட்டதாக தேசிய மனித உரிமைகள் குற்றம் சாட்டியது. இந்தக் கொடூரமான மதக் கலவரத்தின்போது அப்போது குஜராத்தில் முதலமைச்சராக இருந்தவர் தற்போதைய பிரதமர் நரேந்திர மோடிதான். இதுதான் ஞான பூமியான இந்தியா உலகிற்கு அறிவிக்கிற சேதியா?

இந்தியச் சமூக அரசியல் சூழலில் தத்துவங்களுக்கு அரசியல் உண்டு என்று பேசிய பெரியாரும் அம்பேத்காரும் வைதிகமும் சாதியமும் இணைந்திருந்த யதார்த்தத்தைத் தாக்கினர். பெரியார் வைதிகத் தத்துவத்தினால் ஏற்பட்ட பிரச்சினைகளை நன்கு அறிந்திருந்திருந்தனால் வைதிகத்தையும் பார்ப்பனர்களையும் இடைவிடாமல் தாக்கியதுடன் விமர்சித்து எழுதிய கலகக்காரராக விளங்கினார். அவர் தன்னுடைய வாழ்நாளில் இறுதிவரையிலும்

பாசாங்குக்காரரான கடவுளுடன் ஒருபோதும் சமரசம் செய்து கொள்ளவில்லை. இந்தியாவில் வைதிகத் தத்துவம் சாதியின் அடையாளமாக இருக்கிறது என்ற புரிதல் பெரியாருக்கு இருந்தது. வைதிகத்தின் பெருமையைப் பேசுகிற தத்துவவாதிகள் சுயவிமர்சனம் செய்துகொள்ளாமல், வைதிக மரபில் இருந்து விலகிய சித்தர்களையும் இராமலிங்கரையும் மீண்டும் சித்தாந்த மரபில் அடைத்திடும் முயற்சிதான் இங்கு தொடர்ந்து நடைபெறுகின்றது.

கி.பி. 14 ஆம் நூற்றாண்டில் ஐரோப்பிய நாடுகள் தொழில் புரட்சியின் விளைவான அறிவியல் தொழில்நுட்பம் காரணமாகப் பிரமாண்டமான வளர்ச்சி அடைந்தன. அதே காலகட்டத்தில் இந்தியக் கிராமங்கள் சுயதேவையை நிறைவு செய்துகொண்டு மூடுண்ட அமைப்பாக விளங்கின. இந்திய ஆன்மீகம், 'உலகம் ஒரு மாயை, துயரமானது; அதிலிருந்து விடுபட இயலாது' என்ற எண்ணத்தை எப்பொழுதும் மக்களிடம் வலியுறுத்தியது. இயற்கையினால் ஏற்பட்ட பேரழிவுகள், சமூகப் பிரச்சினைகள் போன்றவற்றை வைதிகம் ஒருபோதும் எதிர்கொண்டது கிடையாது. வைதிகம் வானுலகுக்குப் பிரம்மத்தையும் பூவுலகினுக்கு வருண, சாதிய அமைப்பையும் மட்டும் தந்தது. மற்றபடி அறம், சக மனிதர்களை நேசித்தல், நீதி, நேர்மை, இயற்கையை நேசித்தல், நியாயம் போன்ற சமூக மதிப்பீடுகள் குறித்து வைதிகத் தத்துவத்துக்கு அக்கறை எதுவுமில்லை.

இந்தியா வேதங்களின் நாடு, வேதாந்த பூமி, புனித பூமி, புண்ணிய பூமி, ஞான பூமி, ஆன்மிக நாடு என்று பொதுவாக வைதிக நெறியைப் பின்பற்றுகிற வைதிகர்கள் பெருமை பீற்றிக்கொண்டிருக்கின்றனர். இரண்டாயிரமாண்டுகளாக ஆன்மீகம் செழிப்புடன் விளங்கிய இந்திய நாட்டில் விடுதலைக்குப் பின்னர் கடந்த எழுபதாண்டுகளாக ஊழலும் லஞ்சமும் வன்முறையும் விரோதமும் வறுமையும் வேலையில்லாத் திண்டாட்டமும், பெண்கள் மீதான பாலியல் வன்முறையும், மதக் கலவரங்களும் எங்கும் நீக்கமற நிறைந்திருப்பது எப்படி என்ற கேள்வி தோன்றுகிறது. குறிப்பாக, கடந்த முப்பதாண்டுகளில் நுகர்வுப் பண்பாட்டை எதிர்கொள்ள முடியாமல் இந்திய ஆன்மீகம் நொறுங்கி விட்டது. இந்திய மக்களை எப்படி வேண்டுமானாலும் சுரண்டலாமென்று கார்ப்பரேட்டுகளுடன் கைகோத்திருக்கிற

வைதிகர்களான பி.ஜே.பி.யினரின் ஆட்சியில் அறம், நீதி, நேர்மை போன்ற சொற்களுக்கு மதிப்பு இல்லை. வெங்காயத்தின் விலை இவ்வளவு கூடுதலாக விற்கிறதே என்ற கேள்விக்கு "என்னுடைய வீட்டுச் சமையலில் வெங்காயம் சேர்ப்பது இல்லை" என்று அராத்தாகப் பதில் தந்த நிதியமைச்சர் நிர்மலா சீத்தாராமனுக்குள் வைதிக சநாதனம் பொதிந்துள்ளது. "பல்லாயிரமாண்டுகளுக்கு முன்னரே இந்தியாவில் பிளாஸ்டிக் சர்ஜரி இருந்தது என்பதற்கான அடையாளம்தான் மனித உடலில் ஆனையின் தலை" என்று பிரதமர் உள்ளிட்ட வைதிக சநாதனக் கும்பல் மடத்தனமாகப் பேசுகிறது. ஏழைத் தாயின் மகன், தேநீர் விற்றவர் என்று தன்னைப் பற்றிய புனைவைக் கட்டமைக்கிற பிரதமர் மோடி அணிந்திருக்கிற உடையின் விலை வெறுமனே பத்து லட்சம்தான். எவ்விதமான அறவியல் சிந்தனையும் இல்லாமல் 'இந்து' என்ற ஒற்றைச் சொல்லின் மூலம், நாட்டில் வாழ்கிற மதச் சிறுபான்மையினரை எதிரிகளாகக் கற்பித்து, அம்பானி, அதானி உள்ளிட்ட குஜராத்தைச் சேர்ந்த கார்ப்பரேட்டுகளின் பொருளாதார நலனுக்காக மட்டும் எப்பொழுதும் செயல்படுகிற பிஜேபியினருக்குப் பின்புலமாக இருப்பது வைதிக சநாதன தத்துவம்தான். இந்திய ஆன்மீகத்தினால் சமூக ஒழுக்கக் கேடுகளையும் அறமற்ற செயல்களையும் ஊழல்களையும் ஒருபோதும் எதிர்கொள்ள முடியாது என்பது வரலாற்றின் பக்கங்களில் காத்திரமாக நிரூபணமாகியுள்ளது.

இந்திய வரலாற்றில் வைதிகர்களின் நலன்களையும், புறவுலகில் வருண, சாதியத்தையும் முன்னிறுத்திய வைதிகத் தத்துவம் 97% பெரும்பான்மையான இந்தியர்களுக்கு விரோதமானது. இத்தகைய சூழலில் இந்தியா ஒரு புனித பூமி, ஞான பூமி, புண்ணிய பூமி போன்ற சொற்கள் மக்களைத் தொடர்ந்து வைதிக அடிமைத்தளைக்குள் முழ்கடிக்க வைதிகர்களுக்கு உதவுகின்றன. இனிமேல் இந்தியா ஓர் ஆன்மீக நாடு, புண்ணிய பூமி என்று யாராவது பாதகமாகத் தொடங்கினால், பாரதியார் எழுதியது போல "மோதி மிதித்துவிட வேண்டும் அல்லது அவர் முகத்தில் காறி உமிழ்ந்திட வேண்டும்." வேறு வழியில்லை.

மூல நூல்

முத்துமோகன், ந., இந்தியத் தத்துவங்களும் தமிழின் தடங்களும். சென்னை: நியூ செஞ்சுரி புக் ஹவுஸ், 2016.

உயிர்மை, ஜூலை, 2022

இந்துத்துவாவின் நிழல் இராணுவங்களான உதிரி அமைப்புகளும் அடியாட் படைகளும்

இந்திய ஒன்றிய அரசாங்கத்தில் ஆட்சி செய்கிற பாரதிய ஜனதா கட்சி என்று மேலோட்டமாகத் தெரிந்தாலும், அதைப் பின்னிருந்து இயக்குவது ஆர்.எஸ்.எஸ்., என்ற இந்துத்துவா அமைப்புத் தான் என்பது ஊரறிந்த ரகசியம். இன்று அம்பானி, அதானி போன்ற கார்ப்பரேட்டுகளுடன் கைகோத்துக்கொண்டு, இந்தியப் பொருளாதாரத்தை நாசமாக்கிடும் ஆர்.எஸ்.எஸ். அமைப்பினை வெறும் மத அடிப்படைவாதக் கும்பல் என்று எளிதாக ஒதுக்கி விட முடியாது. குறிப்பாகத் தமிழ்நாடு சங்க மரபின் தொடர்ச்சி, பெரியாரின் மண், திராவிட மாடல் என்று பெருமை பேசி, இந்துத்துவா தமிழ் மண்ணில் காலூன்ற முடியாது என்று பலரும் நம்புகின்றனர். அது, ஏற்புடையதல்ல. பெரும்பான்மை இந்திய மக்களுக்கு எதிராகச் செயல்படுகின்ற ஆர். எஸ்.எஸ். அமைப்பினைக் குறைத்து மதிப்பிடுவது தவறானது. இத்தாலியில் முசோலினியின் நாசிசத்தைப் பின்பற்றி மூஞ்சேயினால் வளர்த்தெடுக்கப்பட்ட ஆர்.எஸ்.எஸ்., முன்வைக்கிற இந்துத்துவா என்பது வைதிக சநாதனப் பின்புலமுடையது. இந்துத்துவா என்பது இந்து மதத்துடன் தொடர்புடையது அல்ல; வருணாசிரமத்தை வலியுறுத்துகின்ற வைதிக சநாதனத்தை முன்னிறுத்துகிறது. வருணாசிரமக் கோட் பாட்டின் அடிப்படையில் மேல்கீழ் கற்பித்து, சமூக அடுக்கில் எப்பொழுதும் பார்ப்பனர்களை உச்சியில் வைப்பதுதான் ஆர்.எஸ்.எஸ். முன்வைக்கிற இந்துத்துவா. இதை அறியாமல் சாதிய ஒடுக்குமுறையை அடிப்படையாகக்கொண்ட வைதிக சநாதனத் தத்துவத்திற்குச் சார்பாகப் பிறபடுத்தப்பட்ட, தாழ்த்தப்பட்ட இளைஞர்கள் இந்துத்துவா அமைப்புகளில் திரள்கின்றனர்.

சிலர் அடியாள்களாகச் செய்கின்ற அடாவடிச் செயல்கள், சமூக விரோதமானவை. தமிழ்நாட்டில் ஆர்.எஸ்.எஸ். அமைப்புடன் இணைந்துள்ள இந்து முன்னணி, இந்து மகாசபா, சிவ சேனா போன்ற இந்துத்துவா அமைப்புகள், எப்படியாவது மதக் கலவரத்தையும் அமைதியின்மையையும் உருவாக்கிட முயலுகின்றன. பாஜக உள்ளிட்ட உதிரி அமைப்புகளில் சேர்க்கப்பட்டுள்ள/சேர்ந்துள்ள சமூக விரோதிகள், உள்ளூரில் அடாவடி அரசியல் செய்கின்றனர். சொந்த வீட்டில் அடியாள் மூலம் பெட்ரோல் குண்டுகளை வீசி, பரபரப்பு அரசியல் செய்கின்றனர். இன்னொருபுறம் மின்னணு ஊடகம் மூலம் போலியான தகவல்களைப் பரப்பி, சமூக நல்லிணக்கத்தைச் சீரழிக்கும் வேலையையும் பாஜக தகவல் தொழில்நுட்பப் பிரிவினர் தொடர்ந்து செய்கின்றனர். அண்மையில் தமிழ்நாட்டில் வட மாநிலத் தொழிலாளர்கள் தாக்கப்படுவதாகச் சொல்லிப் போலியான வீடியோ தயாரித்து வெளியிட்டு அவதூறு பரப்பிய ஜார்க்கண்ட மாநிலத்தைச் சேர்ந்த பிரசாந்த்குமார், பாரதிய ஜனதா கட்சியைச் சேர்ந்த தலைவர் என்பது குறிப்பிடத்தக்கது. இந்துத்துவாவைக் கட்டமைப்பதில் நிழலாகச் செயல்படுகின்ற அமைப்புகளைப் பற்றித் தில்லியைச் சார்ந்த அரசியல் பத்திரிகையாளரான திரேந்திரா கே. ஜா கள ஆய்வுகள்மூலம் திரட்டிய தகவல்களை முன்வைத்து எழுதியுள்ள ‘நிழல் இராணுவங்கள்’ புத்தகம் இந்துத்துவாவின் வன்முறைப் போக்குகளை அப்பட்டமாக வெளிப்படுத்தியுள்ளது. நாடெங்கும் இந்துத்துவாவை முன்னிறுத்திப் பாசிசப் பயங்கரத்தைப் பரப்பிட முயலுகிற இந்துத்துவா அடிப்படைவாதிகள் பற்றிய புரிதலை வாசிப்பில் ஏற்படுத்துகிறது. எப்பொழுதும் வெறுப்பு அரசியலைப் பேசி, அடியாட் படையைத் திரட்டி, சிவில் சமுகத்தின்மீது தாக்குதலையும் மோதுதலையும் ஏற்படுத்துகின்ற இந்துத்துவாவின் உதிரி அமைப்புக்களைப் பற்றிய விவரிப்புகள் முக்கியமானவை. மர்மம், திகில் கலந்த கதையாடல்போல விவரிக்கப்பட்டுள்ள சம்பவங்கள், யதார்த்தத்தில் இப்படியெல்லாம் நடக்கின்றனவா என்ற கேள்வியை எழுப்புகின்றன. திரேந்திரா துப்பறிவாளர்போல விவரித்துள்ள நிகழ்வுகள், சுவாரசியமாக விரிந்துள்ளன. இந்துத்துவாவின் பெயரால் உதிரி அமைப்புகளும் அடியாட் படைகளும் செய்கின்ற சமூக விரோதச் செயல்கள், ஒருவகையில் பாசிசத்தின் முன்னறிவிப்புகள்.

சங்பரிவாரங்களின் உறுப்பாகவோ அல்லது தனியாகவோ இயங்கும் அமைப்புகளில் சநாதன் சன்ஸ்த்தா, இந்து யுவ வாகினி, பஜ்ரங்தளம், ஸ்ரீராம் சேனா, இந்து ஐக்கிய வேதி, அபினவ் பாரத், இராஷ்ட்ரீய சீக் சங்கத், போன்சாலா இராணுவப்பள்ளி போன்ற அமைப்புகள் பற்றித் திரேந்திரா விவரித்துள்ள தகவல்கள் முக்கியமானவை. இவையல்லாமல் இந்தியாவெங்கும் வலைப் பின்னல்களாக நூற்றுக்கணக்கான இந்துத்துவா அமைப்புகளை ஆர்.எஸ்.எஸ். தொடர்ந்து தோற்றுவித்துக் கொண்டிருக்கிறது. பாரத மஸ்தூர் சங் தொழிலாளர் அணி), அகில பாரதிய வித்யார்த்தி பரிஷத் (மாணவர் அணி), விஷ்வ ஹிந்து பரிஷத் (பண்பாட்டு அணி), பஜ்ரங்தளம் (இளைஞர் அணி) போன்ற முப்பதுக்கும் கூடுதலான துணை அமைப்புகளைக் கொண்ட ஆர்.எஸ்.எஸ். அமைப்புகள், சங்பரிவார் (சங் குடும்பம்) என்ற பெயரில் நாடெங்கும் விரிந்துள்ளன. இன்றைய மின்னணு யுகத்தில் ஊடகங்களின் கருத்தியல் மேலாதிக்கச் சூழலில் நம்மைச் சுற்றிலும் நடக்கிற அரசியலைப் புரிந்திட திரேந்திராவின் 'நிழல் இராணுவங்கள்' நூல் உதவுகின்றது. எங்கோ நடக்கிற விஷயம் என்று ஒதுங்கிட முடியாதவாறு, பற்றிப் படரும் பாசிசத்தின் தன்மையைப் புரிந்தால்தான் அதற்கெதிராகப் போராட முடியும். காவிகளும் கார்ப்பரேட்டுகளும் கைகோத்துள்ள சூழலில் பாசிசத்தின் கோரமுகத்தை வெளிப்படுத்திட முயன்றுள்ள திரேந்திரா கே. ஜாவின் எழுத்து முயற்சி, காலத்தின் தேவையாக வெளிப்பட்டுள்ளது. இந்து மதம் வேறு, இந்துத்துவா வேறு என்ற கருத்தியலுடன் திரேந்திரா விவரித்துள்ள நிழல் இராணுவங்களின் செயல்பாடுகளும் உதிரி அமைப்புகளும் அடியாட் படைகளும் அவற்றின் செயல்பாடுகளும் முக்கியமானவை.

1923 இல் சாவர்க்கர், "வேதகாலத்து மக்களின் இன வாரிசாகப் பிறந்து, பாரதத்தைத் தனது புனித பூமியாகக் கருதி, இந்துப் பண்பாட்டை ஏற்றுக்கொண்டவர்தான் இந்து" என்கிறார். ஆனால், ஆர்.எஸ்.எஸ். நடைமுறையில் இந்துவையும் இந்து மதத்தையும் ஒன்றாக்கி, வைதிக சநாதனப் பின்புலத்தில் இஸ்லாமியர், கிறிஸ்தவர், சீக்கியர் போன்ற மதத்தினரை எதிரிகளாக்கி, வெறுப்பு அரசியலை முன்வைக்கின்றது. தமிழ்நாடு ஆளுநர் ரவி போற்றுகின்ற வைதிக சநாதனம் என்பது ஆர்.எஸ்.எஸ் அமைப்பின் அடிப்படையான கோட்பாடு. இந்துத்துவாவின் அடிப்படையான

வைதிக சநாதனம் பார்ப்பனர்களைத்தவிர பிற இந்தியர்கள் அனைவருக்கும் எதிரானது. வருணாசிரமக் கோட்பாட்டை முன்னிறுத்தி, பிறப்பு அடிப்படையில் இழிவுபடுத்துகிற வைதிக சநாதனத்தை எதிர்த்திட வேண்டிய தேவை இன்று ஏற்பட்டுள்ளது.

வைதிக சநாதன மதம், இரண்டாயிரம் ஆண்டுகளுக்கு முன்னர் யக்ஞம் என்ற வேள்வித்தீயை முன்வைத்து வாய்மொழியாகப் புனையப்பட்ட வேதங்களை முன்னிறுத்தியது. வேதங்களுக்குப் புனித அடையாளம் கற்பிக்கப்பட்டபோது வேதம், யக்ஞம், மந்திரம், வேதம் ஓதுகிற புரோகிதன் என எல்லாவற்றையும் புனிதமயமாக்கும் அரசியல் நடந்தேறியது. வேதங்கள் தொடங்கிப் பிராமணங்கள், ஆரண்யகங்கள், உபநிடதங்கள் என்ற வைதிக சமய நூல்களின் வரிசை வளர்ந்தது. இது இந்தக் குணம் என்று சுட்டப் படக்கூடிய எந்தக் குணமும் இல்லாதது பிரம்மம் என்று உபநிடதம் வரையறுத்தது. பிரம்மம் மட்டும் சுயமானது. எனவே சுயமற்ற உலகை அழிப்பதுடன், அதிகாரத்தின் மூலம் பார்ப்பனர் எல்லாவிதமான செயல்களையும் செய்வதற்கு உரிமை வழங்கப்பட்டது. குறிப்பாக விளிம்புநிலையினர்மீது அதிகாரம் செலுத்தலாம்; சமூகத்தில் நிலவுகிற எல்லாவிதமான ஏற்றத்தாழ்வுகளையும் நியாயப் படுத்தலாம்; பெண்களைத் தீட்டுக்குரியவர்களாக ஒதுக்கிடலாம் என்ற நிலை உருவாக்கப்பட்டது. இன்றளவும் மக்களைப் பிறப்பு, பால்ரீதியில் தீட்டு என இழிவுபடுத்தி ஒடுக்கிட வைதிக சநாதனம் வழி வகுத்துள்ளது. பொதுவாக வைதிக மதம் எனப்படும் பார்ப்பனிய மதம் காலந்தோறும் சூழலுக்கு ஏற்றவாறு தகவமைத்துக்கொண்டு இன்றும் அதிகாரத்தில் வீற்றிருக்கிறது என்பதற்கு அடையாளம்தான் ஆர்.எஸ்.எஸ். அமைப்பின் கைப்பாவையான பாரதிய ஜனதா கட்சியின் ஆட்சி.

சமஸ்கிருத மொழிதான் இந்தியாவின் தேசிய மொழி, ஒரே கடவுள் ராமன் என்று பேசுகின்ற பாரதிய ஜனதா கட்சியினர், இந்துக்களுக்கு அச்சுறுத்தல் இஸ்லாமியர் என்று தொடர்ந்து சித்திரிப்பதன்மூலம் அவர்கள்மீதான தாக்குதலை நியாயப்படுத்துகின்றனர். இந்துக்கள் மத்தியில் பொய்யான பீதியைக் கிளப்பி, இந்துத்துவாவை முன்னெடுக்கிற பாரதிய ஜனதா கட்சிக்கு வாக்குகளைப் பெற்றிட இந்துத்துவா உதிரி அமைப்புகளும் அடியாட் படைகளும்

காலந்தோறும் பெரிதும் உதவுகின்றன. 1984ஆம் ஆண்டு நாடாளுமன்றத் தேர்தலில் வெறுமனே இரண்டு மக்களவைத் தொகுதிகளில் வெற்றியடைந்திருந்த பாரதிய ஜனதா கட்சி, 2019 ஆம் ஆண்டு தேர்தலில் 309 தொகுதிகளில் வெற்றியடைந்திருப்பது தற்செயலானது அல்ல. பொருளாதாரப் பிரச்சினைகள், வேலையில்லாத் திண்டாட்டம், சுற்றுச்சூழல் சீர்கேடு, பால் சமத்துவமின்மை, சாதிய ஒடுக்குறை, தலித்துகள்மீதான வன்முறை போன்ற அடிப்படைப் பிரச்சினைகள் குறித்துப் பாரதிய ஜனதா கட்சிக்கு ஒருபோதும் அக்கறை கிடையாது. வெறுமனே இந்து என்ற சொல்லை முன்வைத்துச் செய்யப்படுகிற மத அடிப்படைவாத அரசியலுக்குப் பின்புலமாக நிழல் இராணுவங்களான கணக்கற்ற அடியாட் படைகளும் உதிரி அமைப்புகளும் செயல்படுகின்றன என்பதுதான் உண்மை.

திரேந்திரா ஆய்வுக்குட்படுத்திய சங் பரிவாரின் நிழல் அமைப்பு களை இரு பிரிவுகளாகப் பிரித்துள்ளார். சங்பரிவாரின் நேரடித் தொடர்பில் பஜ்ரங்தளம், இராஷ்ட்ரிய சீக் சங்கம், இந்து ஐக்கிய வேதி, போன்சாய் இராணுவப் பள்ளி ஆகிய அமைப்புகள் செயல்படுகின்றன. இந்துத்துவா கொள்கையுடன் செயல்படுகிற சனாதன் சன்ஸ்த்தா, இந்து யுவ வாகினி, ஸ்ரீராம் சேனா, அபினவ் பாரத் போன்ற அமைப்புகள் தனித்து இயங்கினாலும் சங்பரிவார் அமைப்புடன் மறைமுகத் தொடர்பு கொண்டுள்ளன.

நிழல் அமைப்புகளில் சேர்ந்து தீவிரத்துடன் செயல்படுகிறவர் களைப் பற்றிய திரேந்திராவின் பின்வரும் கணிப்பு முக்கிய மானது. “அவர்கள் எதைச் செய்தாலும் தெரிந்தே செய்கிறோம் என்ற புரிதலோடு இருந்தனர்.” வன்முறை, வெறுப்புப் பேச்சு, பயங்கரவாதம், அராஜகம், அடாவடித்தனம் போன்றவற்றை மூலதனமாகக் கொண்டு இந்து ராஷ்டிரம் என்ற வைதிக சநாதன லட்சியத்திற்காகச் செயல்படுவதுதான் பெரும்பான்மையான இந்துத்துவாவின் நிழலுலக அமைப்புகளின் செயல்பாடுகளாக உள்ளன.

நிழல் இராணுவம் போலச் செயல்படுகின்ற உதிரி அமைப்புகள் பற்றிய புரிதலுக்காகத் தகவல்கள் தொகுத்துத் தரப்பட்டுள்ளன.

சநாதன் சன்ஸ்த்தா

கோவாவில் இராம்நதி கிராமத்தில் ஆசிரமம் ஏற்படுத்தி, தன்னைக் கடவுளாக அறிவித்துக்கொண்ட ஜெயந்தி பாலாஜி அதாவ்லேயின் சநாதன் சன்ஸ்த்தா அமைப்பில் காவியுடை அணிந்த ஆண், பெண் உறுப்பினர்கள் இருக்கின்றனர். 2009 ஆம் ஆண்டு சன்ஸ்த்தா அமைப்பின் உறுப்பினர்களான மல்கொண்டாவும் யோகேஷும் நரகாசுரப் போட்டி நடைபெறும் இடத்திற்கு வெடிகுண்டுகளைக் கொண்டு செல்லும்போது, வழியிலே அவை வெடித்ததனால் இருவரும் இறந்தனர். இந்து மதத்திற்கான செயல் என்ற போர்வையில் சன்ஸ்த்தா உறுப்பினர்கள் தொடர்ச்சியான குண்டுகளை வெடிக்கவைத்துப் பலரின் சாவுக்குக் காரணமாக இருந்தனர். எனினும், குற்றவாளிகளுக்கும் சன்ஸ்த்தா அமைப்புக்கும் தொடர்பு இல்லை என்று ஆசிரம நிர்வாகம் மறுத்தது. 1991ஆம் ஆண்டு சநாதன் பாரதிய சன்ஸ்கிருதி சன்ஸ்த்தா என்ற பெயரில் அதாவ்லேயினால் தொண்டு நிறுவனமாகத் தொடங்கப்பட்ட அமைப்பு, பின்னர் இந்து ஜனக்ருதி சமிதி, சநாதன் பிரபாத், தர்ம சக்தி சேனா போன்ற அமைப்புகளை உருவாக்கியது. சட்டவிரோத நடவடிக்கையின்போது ஏதாவது ஓர் அமைப்பு மாட்டிக்கொண்டால் அத்லாவ்வுக்குத் தொடர்பு இல்லை என்று காட்டுவதற்காக அமைப்புகள் ஒவ்வொன்றும் தனித்தனியானவையாக காட்டப்பட்டன. அதாவ்லேயின் ஆன்மிகப் போதனைகளின் மறுபக்கம் கேடு நிறைந்தது. அவர், 2023 இல் இந்து ராஜ்ஜியத்தை அமைப்பதுதான் சன்ஸ்த்தாவின் நோக்கம் என்று பிரகடனப்படுத்தினார். அதேவேளையில் பகுத்தறிவாளர்கள், கம்யூனிஸ்ட்டுகள், இஸ்லாமியர்கள், கிறிஸ்தவர்கள் போன்ற தீயசக்திகளை இப்பூமியில் இருந்து ஒழிப்பதுதான் சன்ஸ்த்தா அமைப்பின் நோக்கம் என்று பிரகடனப்படுத்தினார். அவருடைய அமைப்பில் ஆதிக்க சாதி இளைஞர்கள் சேர்ந்தனர். சன்ஸ்த்தாவின் மூட நம்பிக்கைக்கு எதிராகப் பகுத்தறிவாளர்கள் சவால் விட்டனர். மூட நம்பிக்கை எதிர்ப்பு மசோதாவுக்கு ஆதரவான பிரச்சாரத்தில் ஈடுபட்டிருந்த பகுத்தறிவு இயக்க முன்னோடியான டாக்டர் நரேந்திர தபோல்கரை 2013 ஆம் ஆண்டு இரு சக்கர வாகனத்தில் வந்த இருவர் துப்பாக்கியினால் சுட்டுக் கொலை செய்தனர்.

2015 ஆம் ஆண்டு இந்தியக் கம்யூனிஸ்ட் கட்சியின் மூத்த தலைவரும் பகுத்தறிவாளருமான கோவிந்த பன்சாரேவும் இரு சக்கர வாகனத்தில் வந்த இருவரால் சுட்டுக்கொல்லப்பட்டார். மூட நம்பிக்கைகளுக்கு எதிராகவும் வலதுசாரி இந்துத்துவாவிற்கு எதிராகப் பேசியும் எழுதியும் வந்த முதுபெரும் கன்னட எழுத்தாளர் எம். எம். கல்புர்கியும் அதேமுறையில் கொடூரமாகக் கொலை செய்யப்பட்டார். பன்சாரே கொலை தொடர்பாகக் கைது செய்யப்பட்ட சமீர் கெய்க்வாட், தபோலகர் கொலை தொடர்பாகக் கைது செய்யப்பட்ட விரேந்திரா சாவ்டே ஆகிய இருவரும் சநாதன் சன்ஸ்த்தா இயக்கத்தைச் சார்ந்தவர்கள். வெடிகுண்டுகளை வெடிக்கச் செய்து பலரையும் கொல்லுதல், எதிர்க் கருத்துக்ளைத் தெரிவிக்கிற ஜனநாயக சக்திகளைத் துப்பாக்கியினால் சுட்டுக் கொலை செய்தல் போன்ற கொடூரமான சம்பவங்கள் எல்லாம் இந்துத்துவாவின் பெயரால் சன்ஸ்த்தா அமைப்பினரால் செய்யப்பட்டுள்ளன.

சநாதன் சன்ஸ்த்தாவின் கொடூரமான செயல்களுக்கு எதிர்ப்பாக ஆசிரமத்தை அகற்றிட கிராமத்தினர் நடத்திய போராட்டங்கள், பாரதிய ஜனதா கட்சியின் ஆட்சியில் பலன் அளிக்கவில்லை. சன்ஸ்த்தா அமைப்பு பாரதிய ஜனதா கட்சியின் நிழல் இராணுவமாகச் செயல்படுகிறது என்று அழுத்தமாகத் திரேந்திரா குறிப்பிட்டுள்ளார். சநாதன் சன்ஸ்த்தாவிற்கு ஆதரவு அளிக்கிறவர்கள் பாஜகவில் மட்டுமின்றி, பிற கட்சிகளிலும் இருக்கின்றனர் என்ற திரேந்திராவின் கணிப்பு, கவனத்திற்குரியது.

இந்து யுவ வாகினியும் யோகி ஆதித்யநாத்தும்

உத்திரப் பிரதேச மாநிலத்தின் முதல்வரான ஆதித்யநாத் கோரக்பூர் நகரிலுள்ள கோரக்நாத் கோவில் மடத்தின் பீடாதிபதியாக இருந்து பாஜகவின் நாடாளுமன்ற உறுப்பினராகப் போட்டியிட்டு வெற்றி பெற்றார். அப்பொழுது சமாஜ்வாதி கட்சியின் நாடாளுமன்ற உறுப்பினரான தாலாத் அசிசினுடன் நடந்த சண்டையில் அவருடன் இருந்த தலைமைக் காவலர் சத்ய பிரகாஷ் யாதவ் சுட்டுக் கொல்லப்படுவதற்குக் காரணமாக இருந்தார் என்று ஆதித்யநாத்மீது பல்வேறு பிரிவுகளில் வழக்குத் தொடரப்பட்டது. எப்பொழுதும் இஸ்லாமியர்களுக்கு எதிரான வெறுப்புப் பேச்சுப் பேசிய ஆதித்யநாத் ‘கௌரக் ஷா மன்ச்’ என்ற அமைப்பை 1999 இல் தோற்றுவித்தார். தேர்தலில் இந்துக்களின் வாக்குகளைப்

பெறுவதற்காக அவர் ஏற்கெனவே இருந்த அமைப்பையும் உள்ளடக்கி 'இந்து யுவ வாகினி' என்ற புதிய அமைப்பை நிறுவினார். தொடக்கத்தில் இருந்து இந்துத்துவா நஞ்சு கலந்த பிரச்சாரத்தை யுவ வாகினி முன்னெடுத்தது. அது, இஸ்லாமியரை இந்துக்களுக்கு எதிரிகளாகச் சித்திரித்ததுடன் பயத்தையும் அவநம்பிக்கையையும் மக்களிடம் விதைத்தது. லவ் ஜிகாத், இஸ்லாமியரின் அசைவ உணவுப் பழக்கம் போன்றவற்றை முன்னிறுத்தி வெறுப்புப் பேச்சுகளைப் பேசியதால் ஆதித்யநாத்தின் செல்வாக்கு பன்மடங்கு பெருகியது. அவர், ஆர்.எஸ்.எஸ். மற்றும் உதிரி அமைப்புகளின் துணையில்லாமல் யுவ வாகினி அமைப்புடன் செயல்பட்டுத் த்ன்னுடைய ஆதிக்கத்தை நிலை நிறுத்தியுள்ளார். இந்து யுவ வாகினியின் உறுப்பினர்கள், களத்தில் ஆதித்யநாத்தைத்தவிர வேறு யாருக்கும் அடிபணியாத அடியாட்கள். அரசியல், மதத் தலைவர் என்பதைவிட தாகூர் சாதியினரின் குண்டர் படைத் தலைவனாகப் பெருமைப்பட்டுக்கொள்கிற ஆதித்யநாத்தும் அவருடைய யுவ வாகினியும் தொடர்ந்து நடத்திய பிரச்சாரத்தினால் கோரக்பூரில் பெரும் மதக் கலவரம் வெடித்தது; பலத்த சேதம் ஏற்பட்டது; ஊரடங்கு சில வாரங்கள் நீடித்தது. யுவ வாகினி தொடங்கிய முதலாம் ஆண்டில் ஆறு பெரிய மதக் கலவரங்கள் நடத்தப்பட்டன. 2007 ஆம் ஆண்டில் ஆதித்யநாத் கைது செய்யப்பட்டுச் சிறையில் அடைக்கப்பட்டார்.

ஆதித்யநாத்தும் யுவ வாகினி உறுப்பினர்களும் மதவெறி வெறுப்புப் பேச்சுகளின்மூலம் மக்களை எப்பொழுதும் கொதி நிலையில் வைத்திருந்தனர். இஸ்லாமியர்களை எதிரிகளாகச் சித்திரித்து இந்துக்களின் பாதுகாவலராகக் காட்டிகொள்ள ஆதித்யநாத்துக்கு யுவ வாகினி அமைப்பு துணையாக இருக்கிறது. ஆர்.எஸ்.எஸ். அமைப்புடன் இணைந்து செயல்படாதபோதும் ஆதித்யநாத் யுவ வாகினி அமைப்பு மூலம் தன்னுடைய செயல் திட்டங்களைச் செயல்படுத்தினார். இன்று உத்திரப் பிரதேச மாநிலத்தின் முதல்வராக இருக்கிற காவி உடை அணிந்த ஆதித்யநாத், கோராக்பூர் கோவிலின் மகந்து என்பதை முழுக்க மறந்துவிட்டார். அவருடைய சொந்த சாதியினரான தாகூர் சாதிக் காரர்களை முன்னிறுத்திக் கட்டமைக்கப்பட்ட யுவ வாகினி அமைப்பு, அடிப்படையில் இந்துத்துவாவின் இன்னொரு வடிவம்தான்.

பஜ்ரங்தளம்

அயோத்தியில் பாபர் மசூதி இடிப்பதையும் இராமர் கோவில் கட்டுவதையும் நோக்கமாகக்கொண்டு ஆர்.எஸ்.எஸ். இன் துணை இயக்கமான விஹெச்பியினால் 1984 ஆம் ஆண்டு உருவாக்கபப்ட்ட இளைஞர் குண்டர் படைதான் பஜ்ரங்தளம். 1992 ஆம் ஆண்டு பாபர் மசூதி இடிக்கப்பட்டபோது பஜ்ரங்தளம்தான் முன்னணியில் இருந்து தாக்குதலை நடத்தியது. "இராமருக்குச் சேவை செய்யாத இளைஞர்கள் ஒன்றுக்கும் பயனற்றவர்கள்" என்ற முழக்கத்துடன் செயல்பட்ட பஜ்ரங்தளம், இந்துத்துவாப் பின்புலத்தில் செயல்படுகிறது. இராமர் கோவில் இடிப்புக்குப் பின்னர் பஜ்ரங்தளம் ஆர்.எஸ்.எஸ். அமைப்பின் நேரடிக் கட்டுப்பாட்டின்கீழ் கொண்டு வரப்பட்டது. நீலநிறக் கால்சட்டை, வெள்ளை மேல்சட்டை, காவித் தலைப்பட்டை என்ற சீருடை பஜ்ரங்தளம் உறுப்பினர்களுக்கு விதிக்கப்பட்டது. எனினும் ஆர் எஸ். எஸ். போல் முறையான அமைப்பாக இல்லாமல் சமூக விரோதச் செயல்களை ஊக்குவிக்கவும் சங்பரிவருக்காகக் கலவரங்களை உருவாக்கிடவும் துணைப் படையாகப் பஜ்ரங்தளம் பயன்படுத்தப்படுகிறது. பொருளாதாரரீதியில் பின்தங்கிய ஆதிக்க சாதி, இடைநிலைச் சாதியைச் சார்ந்தவர்கள்தான் பஜ்ரங்தளத்தில் உறுப்பினர்களாக இருக்கின்றனர். களத்தில் இறங்கிப் போராடுகின்றவர்கள் பெரும்பாலும் இடைநிலைச் சாதியினரும் தலித்துகளும்தான்.

கர்நாடகா மாநிலத்தில் மங்களூர் நகரில் செயல்படும் பஜ்ரங்தளம் கலவரங்கள், வன்முறைகள், மிரட்டல்கள்மூலம் முதலில் பயத்தை உருவாக்கி, பின்னர் பாதுகாப்பைத் தருகின்ற பிம்பத்தை ஏற்படுத்தியுள்ளது. மங்களூரில் ஷான் பம்ப்வெல் என்ற பஜ்ரங்தளத் தலைவர் தருகின்ற அடியாட் படையின் பாதுகாப்பை இஸ்லாமிய வணிகர்களும் ஏற்றுக் கப்பம் கட்டுகின்றனர். காவல்துறையின் மீது நமபிக்கை இல்லாததன் காரணமாகத்தான் பஜ்ரங்தளம் மங்களூரில் பரவலாகியுள்ளது.

1995 இல் ரபிந்திர குமார் பாலின் தலைமையிலான பஜ்ரங்தளக் குண்டர் படை, ஒடிசாவில் தொழுநோயாளிகளின் நலனுக்காகப் பாடுபட்ட ஆஸ்திரேலியப் பாதிரியார் கிரகம் ஸ்டெயினையும்

அவருடைய மகன்களான இரு சிறுவர்களையும் பெட்ரோலை ஊற்றி எரித்துக் கொன்றது. 2002 இல் குஜராத்தில் இஸ்லாமியர்களுக்கு எதிராக நடத்தப்பட்ட கலவரங்களை பஜ்ரங்தளம்தான் முன்னின்று நடத்தியது. மகாராஷ்டிராவில் 2006, கான்பூரில் 2008 ஆம் ஆண்டுகளில் வெடிகுண்டுகள் தயாரிப்பில் ஈடுபட்ட பஜ்ரங்தளம் உறுப்பினர்கள், குண்டு வெடித்து இறந்தனர். அவர்களுக்கு வெடிகுண்டு தயாரிக்கப் பயிற்சி அளித்தவர்கள் மேனாள் இந்திய இராணுவ அதிகாரிகள். இந்துத்துவாவின் காவலர்கள் என்ற பெயரில் பஜரங்தளத்தின் குண்டர் படை, ஒருவகையில் நிழல் இராணுவம்போலச் செயல்படுகிறது.

கலவரம் செய்தல், குண்டு வைத்தல் போன்ற பயங்கரவாதச் செயல்களுடன் இந்துப் பண்பாடு, இந்துப் பாரம்பரியம் எனப் பஜ்ரங்தளம் வகுத்துள்ள வரையறைக்குள் இருக்காத எழுத்தாளர்கள், கலைஞர்கள்மீது வன்முறையை ஏவி மிரட்டவும் செய்கிறது. ஓவியர் எம். எஃப் ஹுசைன் நாட்டைவிட்டு வெளியேறுவதற்குப் பஜ்ரங்தளம் கொடுத்த நெருக்கடிதான் முதன்மைக் காரணம்.

காதலர் தினக் கொண்டாடடத்திற்குத் தடை விதித்ததுடன், பூங்காவில் சந்திக்கிற காதலர்களின் முகத்தில் கரியைப் பூசுதல், ராக்கி கட்டச் செய்தல், தாலி கட்டச் செய்தல், அடித்துத் துன்புறுத்துதல் போன்றவற்றை இந்துத்துவாவின் பெயரில் பஜ்ரங்தளம் அடியாட்கள் செய்கின்றனர். தனிமனித சுதந்திரத்திற்கு எதிரான பஜ்ரங்தளத்தின் செயல்பாடுகள் ஹிட்லரின் நாசிப் படையை நினைவூட்டுகின்றன.

2014 இல் மோடி பிரதமரானவுடன் மதமாற்றம், மாட்டுக் கறி மீதான தடை என்று பஜ்ரங்தாளம் தீவிரத்துடன் செயல்படத் தொடங்கியுள்ளது. 2015 இல் பசுவைக் கொன்று அதன் இறைச்சியை உண்ணுவதாகப் பரப்பிடப்பட்ட வதந்தி காரணமாக இந்துக் கும்பலால் முகம்மது அக்லக் அடித்துக் கொல்லப்பட்டபோது, பஜ்ரங்தளம் கொலையாளிகளுக்குச் சார்பாக நின்றது.

மக்களின் வாழ்வதாரமான பிரச்சினைகளைப் புறந்தள்ளிவிட்டு, இந்துப் பண்பாடு என்ற பெயரில் மசூதி இடிப்பு தொடங்கி, கலவரம், வன்முறைகளிலும் ஈடுபடுகின்ற பஜ்ரங்தளம் ஒழுங்குபடுத்தப்படாத ரவுடிக் கும்பல் என்பதைவிட நிழலுலக ராணுவம் என்பது முழுக்கப் பொருந்துகிறது.

ஸ்ரீராம் சேனா

முத்தலிக் அடிப்படையில் ஆர்.எஸ்.எஸ்., அமைப்பில் பல்லாண்டுகள் செயல்பட்டவர். 1994 இல் கர்நாடகா பஜ்ரங் தளத்தின் மாநிலப் பொறுப்பாளரான முத்தலிக், 2005 இல் அந்த அமைப்பிலிருந்து வெளியேறினார். அவருடைய தேடலின் விளைவாக உருவானதுதான் ஸ்ரீராம் சேனா என்ற புதிய இந்துத்துவா அமைப்பு. முத்தலிக்கும் அவருடைய ஆதரவாளர்களுக்கும் சங்பரிவாரத்துடன் ஏற்பட்ட முரண்பாட்டிற்கு அடிப்படைக் காரணம் ஆர் எஸ் எஸ், பாஜக அமைப்புகளில் ஆதிக்கம் செலுத்திய பார்ப்பனியம்தான். தெருவில் சண்டை போடுதல், கலவரம் செய்தல் போன்ற கீழ்மட்ட வேலைகளைச் செய்திட பிற்படுத்தப்பட்ட சாதியினர் ஒதுக்கப்பட்டனர். ஆனால், இயக்கத்தின் முக்கியமான பதவிகள் அனைத்தும் பார்ப்பனர்களுக்கு ஒதுக்கப்பட்டன. இதனால் கொந்தளித்த பஜ்ரங்தளத்தின் ஒருங்கிணைப்பாளர் வால்கே அந்த அமைப்பில் இருந்து விலகி முத்தலிக்குடன் சேர்ந்து ஸ்ரீராம்சேனாவை வலுப்படுத்தினார். மங்களூரிலும் சுற்றுவட்டாரத்திலும் நடைபெற்ற பண்பாட்டுக் காவல் நடவடிக்கைகள், கலவரங்கள், வன்முறை போன்றவற்றை முன்னின்று நடத்திய ஸ்ரீராம்சேனா விரைவில் பிரபலமானது.

2009ஆம் ஆண்டு மங்களூரின் இரவு விடுதியில் இளம் பெண்கள் மது அருந்தி, இந்துப் பண்பாட்டை மீறுகின்றனர் என்று ஸ்ரீராம் சேனாவின் குண்டர் படை பெண்களைத் தாக்கியது. பெண்கள் அடி வாங்குவதையும் உதை வாங்குவதையும் காட்சிப் படுத்திய காணொளிக் காட்சி, தொலைக்காட்சிகளிலும் சமூக வலைத்தளங்களிலும் ஒளிபரப்பானது. அந்தத் தாக்குதலின்போது ஆக்ரோசமாக செயல்பட்ட சுபாஷ் பின்னர் அடியாளாக அடையாளம் காணப்பட்டு நில ஆக்கிரமிப்பாளர்களின் கையாளாக மாறினார். தனிமனித சுதந்திரத்திற்கு அச்சுறுத்தலாக விளங்கிய ஸ்ரீராம் சேனா குண்டர் படையின் அராஜகம் பாசிசத்தின் வெளிப்பாடுதான். இன்னொருபுறம், லவ் ஜிகாத் என்ற வார்த்தையின்மூலம் இஸ்லாமியர்மீது வெறுப்பை ஏற்படுத்திட முயன்றனர். “ஸ்ரீராம் சேனா என்ற இந்துத்துவா அமைப்பின் தலைவர்களும் தொண்டர்களும் எந்தவொரு கொள்கையிலும் பிடிப்புக் கொண்டவர்கள் அல்ல; பணத்திற்காகச் சட்ட விரோதச் செயல்களைச் செய்தனர்” என்று

தெகல்தா பத்திரிகை அம்பலப்படுத்தியது. பாஜக வின் மறைமுக ஆதரவுடன் செயல்பட்ட ஸ்ரீராம் சேனா, மக்கள் மத்தியில் பயத்தை உருவாக்குவதற்கு இந்துத்துவாவை முன்வைத்துச் செயல்படுகிறது.

இந்து ஐக்கிய வேதி

கேரள மாநிலத்தில் இந்துத்துவாவைப் பரப்புவதற்கு ஆர்.எஸ்.எஸ்., உருவாக்கிய அமைப்புத்தான் இந்து ஐக்கிய வேதி. சசிகலா டீச்சர் என்பவரின் தலைமையில் இயங்கிய இயக்கத்தின் செயல்பாடுகள் முழுக்க ஆர்.எஸ்.எஸ்., வடிவமைத்ததுதான். சசிகலாவின் பேச்சுகளில் வெறுப்பு அரசியலும் வகுப்பு வாத அரசியலும் வெளிப்படுகின்றன. கேரளாவிலுள்ள கோவில்களின் நிர்வாகத்தை இந்துக்களிடம் ஒப்படைப்பது தொடங்கி, இந்து ஐக்கிய வேதியினரின் பேச்சுகள், முற்போக்கு முகம் கொண்ட கேரள மாநிலத்திற்குப் பிரச்சினைகளை அளிக்கின்றன. இந்துப் பண்பாடு என்ற பெயரில் இந்துத்துவாவின் கருத்துக்களைப் பரப்பிட முயலும் ஆர்.எஸ்.எஸ்., அமைப்பு, மக்களின் அன்றாட வாழ்க்கையில் ஊடுருவியுள்ளது. அது, செய்கின்ற நாசகார வேலைகள் பற்றி மேனாள் ஆர்.எஸ்.எஸ்., ஊழியர் சதீஷ் மின்னி எழுதியுள்ள நரக மாளிகை புத்தகம் தெளிவாக விளக்குகிறது.

அபிநவ் பாரத்

அபிநவ் பாரத் அமைப்பின் தோற்றம் இன்றைக்கும் மர்மமாக இருக்கிறது. 1905 இல் சாவர்க்கர் உருவாக்கிய ரகசியக் குழுவின் பெயர்தான் அபிநவ் பாரத் என்று சொல்லப்படுகிறது. இடைக்காலத்தில் செயலற்று இருந்த அமைப்பை 2008 இல் ஆர்.எஸ்.எஸ்., காரர் சமீர் குல்கார்னி மீண்டும் தொடங்கினார். அந்த அமைப்பு கோட்சேயின் நெருங்கிய உறவினரான ஹிமானி சாவர்க்கர் தலைமையில் செயல்பட்டது. அபிநவ் பாரத் இயக்கத்தின் நோக்கங்களை அறியாததுபோலக் காட்டி, குழப்பத்தை ஏற்படுத்தும்வகையில் ஹிமானியின் பேச்சு இருந்தது. இயக்கத்தின் தோற்றம், கட்டமைப்பு, செயல்பாடுகள் பற்றிய தெளிவான தகவல்கள் இல்லாமல் இருந்த நிலை, அந்த அமைப்பின் ரகசியச் செயல்பாடுகளை மர்மமாக்கியது. இந்து ராஷ்டிரம் உருவாக்கிட விரும்புகிற ஆர் எஸ் எஸ், பாஜக அரசியல் சக்திகளிடம் அபிநவ் பாரத்திற்குப் பெரும் அங்கீகாரம் கிடைத்திருக்கிறது.

ஸ்ரீகாந்த் புரோகித், அபிநவ் பாரத் அமைப்பு உருவாக்கத்தில் முக்கியப் பங்காற்றியுள்ளார். 2008ஆம் ஆண்டு இஸ்லாமியர்கள் அதிகம் வாழ்கின்ற விசைத்தறிகள் நிரம்பிய மாலேகான் நகரில் நடத்தப்பட்ட குண்டுவெடிப்பில் ஆறு பேர் கொல்லப்பட்டனர். அந்தச் சம்பவத்திற்கும் அபிநவ் பாரத் அமைப்பிற்கும் தொடர்பு இருந்தது. மாலேகான் குண்டு வெடிப்பில் அபினவ் பாரத்தின் பங்கைக் கண்டறிந்த மகாராஷ்டிரா பயங்கரவாதத் தடுப்புப் படையினர், அதுவரையிலும் இஸ்லாமியத் தீவிரவாதிகளால் நடத்தப்பட்ட குண்டு வெடிப்புகளுக்கும் இந்துத்துவாவினருக்கும் இடையிலான தொடர்பினைக் கண்டறிந்தனர். இந்து ராஷ்டிரம், புதிய கொடி, புதிய அரசியல் நிர்ணயச் சட்டம் என்று அபினவ் பாரத் அமைப்பினர் திட்டமிட்டு இருந்தனர்.

சுதாகர் திவேதி: " ...வேத காலத்து ஸ்மிருதிகள்தான் நம்முடைய அரசியலமைப்புச் சட்டம்."

புரோகித்: "இந்நாட்டில் வேதக் கோட்பாடுகளை அடிப்படை யாகக்கொண்ட இந்து தர்மமோ அல்லது வேத தர்மமோதான் நமக்கு வேண்டும்"

இந்து ராஷ்டிரத்தை அமைக்கும் பாதையின் குறுக்கே வருபவர்கள் யாராக இருந்தாலும் அரசியலில் இருந்து மட்டும் ஒதுக்கி வைக் கப்பட மாட்டார்கள், கொல்லப்பட்டு விடுவார்கள்" என்று ஒரு கூட்டத்தில் புரோகித் பேசிய பேச்சு, கவனத்திற்குரியது.

அபினவ் பாரத் இயக்கத்தின் தலைவர்கள் பாஜகவையும் ஆர். எஸ்.எஸ்., அமைப்பையும் நேச சக்தியாகக் கருதுகின்றனர்.

போன்சாலா இராணுவப் பள்ளி

மாலேகான் நகரில் 2008ஆம் ஆண்டு நடந்த குண்டுவெடிப்பு நிகழ்வுக்குப் பின்னரே, மகாராஷ்டிரா பயங்கரவாதத் தடுப்புப் படையினரின் கண்காணிப்பு வளையத்திற்குள் போன்சாலா இராணுவப்பள்ளி சிக்கியது. குண்டுவெடிப்பு தொடர்பான நிகழ்வுகளை விசாரிக்கையில், குற்றஞ் சாட்டப்பட்டவர்களில் சிலருக்கு அப்பள்ளியோடு தொடர்பிருந்தது கண்டறியப்பட்டது. குண்டுவெடிப்புக்கு முன்னர், அபினவ் பாரத் இயக்கத்திற்கு சில

முக்கியமான உதவிகளை ஆர்எஸ்எஸ் நடத்தும் போன்சாலா இராணுவப்பள்ளி செய்திருக்கிறது. மாணவர்களுக்கு இராணுவப் பயிற்சி கொடுப்பதும், பல்வேறு இராணுவப் பாதுகாப்புப் பணிக்கான தேர்வுகளுக்கு அவர்களைத் தயார்ப்படுத்துவதுமே தங்களது பள்ளியின் பணியென்று போன்சாலா இராணுவப்பள்ளி சொல்கிறது. ஆனால், மதவாத வெறுப்பு எண்ணங்களை மாணவர்கள் மத்தியில் விதைப்பதாக அப்பள்ளியின்மீது குற்றச்சாட்டுகள் வைக்கப்பட்டிருந்தன. என்றாலும், மகாராஷ்டிராவின் பயங்கர வாதத் தடுப்புப்படையினரால் கண்டறியப்பட்ட தகவல்கள் அதிர்ச்சி யளித்தன.

இந்துத்துவா அரசியல்தான் போன்சாலா இராணுவப் பள்ளி தொடங்கப்படுவதற்கு அடிப்படைக் காரணியாகும். பி.எஸ். மூஞ்சே 1930 களில் ஐரோப்பா சென்றபோது இத்தாலியில் சர்வாதிகாரி முசோலினி பாசிஸ்டுகளைப் பயிற்றுவிக்கும் பள்ளியைப் பற்றி நேரில் அறிந்தார். இந்துத்துவா அரசியலையும் இந்து ராஷ்டிரத்தையும் ஏற்படுத்திட முயன்ற மூஞ்சேயின் முயற்சி காரணமாக 1937 இல் மத்திய இந்து இராணுவக் கல்விக் கழகத்தினால் நாசிக்கில் போன்சாலா இராணுவப் பள்ளி நிறுவப்பட்டது. அந்தப் பள்ளி முழுக்க இந்துக்களுக்கானதாகவும் இந்துக்கள் அல்லாதவர்களுக்கு எதிராகவும் செயல்பட்டது. இன்றுவரையிலும் அங்கே இஸ்லாமியர் அல்லது கிறிஸ்தவர் ஆசிரியராகப் பணியாற்றவில்லை. இந்து அல்லாத மாணவர் இந்தப் பள்ளியில் சேர்வதும் இல்லை.

இந்து மகாசபையின் தலைவரான மூஞ்சேயினால் தொடங்கப்பட்ட போன்சாலா இராணுவப் பள்ளி, அவருடைய மறைவுக்குப் பின்னர் 1950களில் ஆர்.எஸ்.எஸ்., அமைப்பின் கட்டுப்பாட்டின்கீழ் கொண்டு வரப்பட்டது. சங்பரிவாரின் உறுப்பினராக இருந்துகொண்டு பிராந்திய இராணுவத்தில் இணைந்து பணியாற்றிடலாம் என்று பள்ளியின் நிர்வாகியான குல்கரினி சொல்லியிருப்பது கவனத்திற்குரியது. அண்மையில் பாஜக, அக்னிபாத் என்ற பெயரில் பகுதி நேர இராணுவத்தினரை உருவாக்கும் பணியானது, பாசிசத் தொண்டர்களை உருவாக்குவதற்கான ஏற்பாடு என்று உருவான சர்ச்சையுடன் போன்சாலா இராணுவப் பள்ளியை ஒப்பிடலாம்.

இராஷ்ட்ரிய சீக் சங்கத்

இராஷ்ட்ரிய சீக் சங்க இயக்கம் உருவாக்கப்பட்டதற்கான பின்புலமாக ஆர்.எஸ்.எஸ்., முன்வைக்கும் காரணங்கள், இந்துத்துவா அரசியலின் வெளிப்பாடுகள். 1984 நவம்பரில் சீக்கிய மக்களுக்கு எதிராக நடத்தப்பட்ட கலவரங்களினால் அவர்களிடம் ஏற்பட்டிருந்த பய உணர்வினைப் பயன்படுத்தி, அதன்மூலம் 'சீக்கியர்கள் இந்துக்கள்தான்' என்கிற இந்துத்துவா அரசியலை முன்வைப்பதற்காகவே இராஷ்ட்ரிய சீக் சங்கத் என்னும் இயக்கத்தை ஆர்எஸ்எஸ் தோற்றுவித்துள்ளது. ஆர்எஸ்எஸ் இயக்கத்துடன் நெருங்கிய தொடர்புகொண்ட வரலாற்றாசிரியரான இராம் ஸ்வரூப் 1985 இல் எழுதிய 'இந்துசீக்கிய உறவுமுறைகள்' நூல் முன்வைத்துள்ள அரசியல்தான் சீக்கியர் பற்றிய புதிய வரையறையை உருவாக்கிட முயலுகிறது. அந்த நூலில் சீக்கியர்கள் தனியான மதக்குழுவைச் சேர்ந்தவர்கள் இல்லை என்றும், இந்து மதத்தின் ஒரு சிறுபிரிவினர்தான் என்றும், ஆங்கிலேயர்களின் பிரித்தாளும் சூழ்ச்சியால்தான் சீக்கியர்களுக்குத் தனியான அடையாளம் இருப்பதுபோன்ற மாயை உருவாக்கப்பட்டது என்றும் குறிப்பிடப்பட்டுள்ளது. சீக்கியர்களின் தனித்த அடையாளத்தை அழித்திட முயலும் ஆர்.எஸ்.எஸ்., அரசியல், அகண்ட இந்து ராஷ்டிரம் என்ற கருத்தியல் பின்புலமுடையது. சீக்கிய மதத்தின் முதன்மை மடத்தின் மதகுருவான ஜோகிந்தர் சிங் வேதாந்தி விடுத்த ஆர்.எஸ்.எஸ்., பற்றிய கடுமையான விமர்சனம் பின்வருமாறு: "தோற்றத்தில் ஔரங்கசீப்பைப் போன்றதுதான் ஆர்.எஸ்.எஸ்., இயக்கமும். கத்தி முனையிலோ அல்லது வேறு வழியிலோ அனைவரும் இஸ்லாம் மதத்திற்கு மாறவேண்டும் என்று ஔரங்கசீப் விரும்பினார். அதேபோன்று எல்லோரையும் இந்து மதத்திற்க்கு மாற்ற விரும்புகிறது ஆர் எஸ் எஸ். அதன் சித்தாந்தம் சீக்கியர்களுக்கு மட்டுமல்ல, அனைத்து மதத்தினருக்கும் ஆபத்தானதுதான்."

இன்று இந்துத்துவா சக்திகள், அரசாங்கத்தின் நிர்வாகம், நீதி, இராணுவம் போன்றவற்றின் மீது கட்டுப்பாட்டுகளை விதித்து, அவற்றை தங்களுடைய ஆளுகைக்குள் கொண்டுவர முயலுகின்றன. இன்னொருபுறம் காவி பாசிஸ்டுகள் தங்களுடைய

நிழல் இராணுவங்களான உதிரி அமைப்புகள், அடியாட் படைகள், போக்கிரிகள், துணை ராணுவப் பயிற்சி பெற்ற குண்டர் படைகள் மூலம் தெருக்களில் கட்டுப்பாட்டை நிறுவிட முயலுகின்றனர். கார்ப்பரேட்டுகளின் கணக்கற்ற நிதியுதவியும், வலிமைமிக்க தெருச் சண்டியர் அமைப்புகளும் இந்துத்துவாவின் கரங்களை வலுப்படுத்திட உதவுகின்றன. இந்தியாவை மனுஸ்மிருதியின் கட்டளைகளின் அடிப்படையில் இந்து ராஷ்டிரம் என்ற பெயரில் பார்ப்பனியத்தின் மேலாதிக்க நாடாக மாற்றிடும் முயற்சி, வெவ்வேறு வழிகளில் தொடர்கின்றது. இதனால்தான் காவி பாசிஸ்டுகள், இந்துத்துவா என்ற பெயரில் ஒற்றைத்தன்மைக்கு முட்டுக்கொடுக்கின்றனர். மதம், பழங்குடி, மரபினம், தேசிய இனம், மொழி, சிறுபான்மையினர், அகதிகள், தலித்துகள், பழங்குடியினர், பெண்கள், விளிம்புநிலையினர், ஒடுக்கப்பட்டோர் போன்றோருக்கு எதிரான கொள்கைகளை வலியுறுத்துவதன்மூலம் புதிய பாசிசத்தை அமல்படுத்த முயலுகின்றனர். புதிய பாசிஸ்டுகள் எப்படியெல்லாம் செயல்படுவார்கள் என்பதை நுணுக்கமாகக் கண்டறிந்து அறிவித்துள்ள திரேந்திராவின் நிழல் இராணுவங்கள் நூல் எச்சரிக்கை விடுக்கின்றது. திராவிட இயக்கத்தினர், கம்யூனிஸ்ட்டுகள், பகுத்தறிவாளர்கள், இஸ்லாமியர்கள், கிறிஸ்தவர்கள் அவசியம் நிழல் இராணுவங்கள் நூலை வாசிக்க வேண்டும். எதிர்காலத்தில் எதுவும் நடப்பதற்கான சாத்தியப்பாடுகள் உள்ளன.

மூல நூல்

நிழல் இராணுவங்கள்: இந்துத்துவாவின் உதிரி அமைப்புகளும் அடியாட் படைகளும். திரேந்திர கே.ஜா. (தமிழில்: இ.பா. சிந்தன்) பொள்ளாச்சி: எதிர் வெளியீடு, 2021.

உயிர்மை, 2023, ஜூன்

பள்ளி மாணவர்களுக்குக் காலை உணவு வழங்கும் திட்டம்: திராவிட மாடல்

சமூகம் முன்னேற்றமடைந்திட அடிப்படையாக விளங்குவது கல்வியும் மருத்துவமும்தான். தமிழ்நாட்டைப் பொருத்தவரையில் ஒப்பீட்டுநிலையில் இன்றைக்குக் கல்வியிலும் மருத்துவத்திலும் முன்னிலை வகிக்கிற மாநிலமாக விளங்குகிறது. ஒரு மனிதனைச் சமூகத்துடன் இணைக்கிற கல்வியின் இடம், ஒப்பீட்டளவில் தனித்துவமானது. கல்வி என்ற சொல்லின் பின்னால் தமிழ்நாட்டின் இரண்டாயிரமாண்டு வரலாறு பொதிந்திருக்கிறது. தமிழ் மொழி செவ்வியல் மொழி என்று கொண்டாடப்படுவதற்குக் காரணமாக விளங்குகிற சங்க இலக்கியப் பாடல்களில் பண்டைத் தமிழரின் கல்வியியல் சிந்தனைகள் பதிவாகியுள்ளன. பாணர் மரபும் புலவர் மரபும் அன்றைய காலகட்டத்தில் நிலவிய கல்விப் பரவலுக்குச் சான்றுகள். வேந்தர்கள், வணிகர்கள், மருத்துவர்கள் என்று சமூகத்தில் பல்வேறு பிரிவினரும் கல்வியில் சிறந்து விளங்கியதுடன் கவிஞர்களாகக் கவிதை எழுதியுள்ளனர். சங்க காலத்தில் 41 பெண் கவிஞர்கள் எழுதிய கவிதைகள், தொகை நூல்களில் இடம் பெற்றுள்ளன. பக்தி இயக்கக் காலகட்டத்தில் காரைக்கால் அம்மையாரும் ஆண்டாளும் முதன்மையான பெண் கவிஞர்களாக விளங்கினர். கல்வி கற்றலில் ஆண், பெண் என்ற பேதம் இல்லாத நிலை நிலவியது. பண்டைத் தமிழ்ச் சமூகத்தில் கல்வியின் பயன்பாடும் பரவலும் இருந்ததை அறிய முடிகிறது. அதேவேளையில் வைதிக சநாதன நெறி, வருணக் கோட்பாடு அடிப்படையில் கல்வியைப் பார்ப்பனர்க்கு மட்டும் என வரையறுத்தது. அவைதிக சமயங்களான ஜைன சமயமும் பௌத்த சமயமும் மக்கள் எல்லோருக்கும் கல்வியைப் போதித்தன.

ஜைன சமயத்தைச் சார்ந்தவரான அரையனார், ‘பழமொழி’ என்ற பதினெண் கீழ்க்கணக்கு அற நூலில் ஜைன சமயம் வலியுறுத்தும் நான்கு வகையான தானங்களைக் குறிப்பிட்டுள்ளார். அவை: உணவு தானம், கல்வி தானம், மருந்து தானம், அடைக்கல தானம். அந்த நான்கு தானங்களும் இன்றைய காலகட்டத்தில் வாழ்கிற மக்களுக்கும் அடிப்படையானவை. பிறப்பின் அடிப்படையில் உயர்சாதியினருக்கும் மட்டும் கல்வி என்று வலியுறுத்திய வைதிக சநாதனத்திற்கு எதிராகப் பிறப்பு, பால்ரீதியில் பேதம் பார்க்காமல் எல்லோருக்கும் கல்வியை அளித்த ஜைன சமயம், தமிழர் வரலாற்றில் குறிப்பிடத்தக்க அளவில் செயலாற்றியுள்ளது. இடைக்காலத்தில் வைதிக சநாதனம் தமிழக மன்னர்களிடம் ஆதிக்கம் செலுத்தி, வருணாசிரமக் கோட்பாடு வலியுறுத்தப்பட்டது; பிறப்பின் அடிப்படையில் விளிம்புநிலையினருக்குக் கல்வி மறுக்கப்பட்டது. வருணாசிரமக் கோட்பாட்டின் அரசியல் மேலாதிக்கம் காரணமாகக் கல்வி என்றால் வேதக் கல்வி என்றும் அதுவும் பார்ப்பனர்களுக்கு மட்டும் என்ற வரையறை, நாயக்க மன்னர் ஆண்ட இடைக்காலத்திலும் நிலவியது.

இருபதாம் நூற்றாண்டின் தொடக்கத்தில் திண்ணைப் பள்ளிக்கூடங்களில் ஓரளவு வசதியானவர்களின் பிள்ளைகள் மட்டும் சேர்ந்து எழுதப் படிக்க அறிந்தனர். பெண் குழந்தைக் கல்வி என்பது நடைமுறையில் இல்லை. சென்னை மாநகரில் 1857 ஆம் ஆண்டு ஆங்கிலேய அரசு நிறுவிய சென்னைப் பல்கலைக்கழகம், தென்னிந்தியாவில் உயர் கல்விக்கு வழிவகுத்தது. பார்ப்பனர் உள்ளிட்ட உயர்சாதியினர் மட்டும்தான் ஆங்கிலேயர் நிறுவிய பள்ளிக்கூடங்கள், கல்லூரிகளில் பயின்று அரசாங்கத்தில் உயர் பதவியில் சேர்ந்து அதிகாரம் செலுத்தினர். 1912 ஆம் ஆண்டு ஆங்கிலேய அரசு வெளியிட்டுள்ள அறிக்கையில் தாசில்தார், சிரஸ்தார், மாவட்ட முன்சீப், துணை ஆட்சியர், சார் நீதிபதி போன்ற உயர் பதவிகளில் 71% பார்ப்பனர்கள்தான். 1901 ஆண்டு ஆங்கிலேய அரசு எடுத்த கணக்கெடுப்பின்படி 1% மக்கள்தான் சென்னை மாகாணத்தில் கல்வி கற்றவர்கள் என்ற புள்ளிவிவரம், அன்றையக் கல்விச் சூழலுக்கு எடுத்துக்காட்டு. இந்த நிலைமையை மாற்றியமைத்து சாதி, மதம், பால் வேறுபாடு இல்லாமல் எல்லோரும் கல்வி கற்றிடலாம் என்ற நிலையை உருவாக்கியதில் நீதிக் கட்சியின் பணிகள், தனித்துவமானவை.

இருபதாம் நூற்றாண்டின் தொடக்கத்தில் இருந்து இன்றுவரையிலும் குழந்தைகளுக்குக் கல்வியையும் உணவையும் வழங்கிட முயன்ற/ முயலுகிற தமிழக ஆட்சியாளர்களின் பணிகள், தமிழ்ச் சமூக உருவாக்கத்தில் முக்கியப் பங்கு வகிக்கின்றன.

பிரிட்டிஷாரின் காலனியாதிக்க ஆட்சியின்போது, ஆங்கிலேயக் கல்வியைக் கற்று, அரசாங்க உயர்பதவிகளில் பார்ப்பனர்கள் முதன்மை இடம் வகித்தனர். அதேவேளையில் ஆயிரமாண்டுகளாக மநு தரும சாஸ்திரம் என்ற பெயரில் பிறப்பு, பால் அடிப்படையில் ஏற்றத்தாழ்வும் தீண்டாமையும் கற்பித்து, சமூக அடுக்கில் பார்ப்பனர் வகித்திருந்த உச்ச நிலை, காலனியாதிக்க ஆட்சியில் அமல்படுத்தப்பட்ட சீர்திருத்தங்களினால் மெல்ல ஆட்டங்கண்டது. இந்தியாவில் பிரிட்டிஷ் காலனிய அரசின் திருத்தப்பட்ட சாசனச் சட்டம் (1833), 87 வது பிரிவின்படி “இந்தியாவில் வாழும் எந்தவொரு குடிமகனும் அவனது மதம், பிறப்பிடம், வம்சம், வர்ணம் என்னும் எந்தவொரு காரணத்தாலுமோ அன்றி அவையாவற்றானுமோ கம்பெனியில் வேலை மேற்கொள்வதைத் தடுக்கக்கூடாது.” என்று வேலை வாய்ப்பைப் பொதுவாக்கியது. இந்தச் சட்டம் பிறப்பின் அடிப்படையில் குறிப்பிட்ட சாதியினர் பரம்பரைத் தொழிலை மட்டும் செய்ய வேண்டுமென்ற மனு தருமக் கோட்பாட்டைக் கேள்விக்குள்ளாக்கியது. ஆயிரமாண்டுகளாக மன்னர்களைச் சார்ந்து பிரம்மதேயம் பெற்று, கிராமப்புற நில உற்பத்தியைக் கொள்ளையடித்ததுடன், வேதக் கல்வி மூலம் சமஸ்கிருத மொழியை முன்னிறுத்தி, அதிகாரத்தில் வீற்றிருந்த பார்ப்பனர்களின் சமூக உச்சநிலை, சிதலமடையத் தொடங்கியது. இன்னொருபுறம் பார்ப்பனர்கள், ஆங்கிலேயர் அமல்படுத்திய பெண்கள் உடன்கட்டை ஏறுதலைத் தடுத்தல், குழந்தைத் திருமணம் ஒழிப்பு போன்ற சமூகச் சீர்திருத்தங்கள், வருணாசிரம முறையை ஒழித்துவிடுமென்று கருதிப் பயந்தனர். வருணாசிரம முறையில் ஏற்பட்ட சீர்திருத்தங்களைப் பொறுத்துக்கொள்ள முடியாத பார்ப்பனர்கள்தான் தொடக்கத்தில் பிரிட்டிஷாரின் காலனிய அரசியலுக்கு எதிரான போராட்டத்தைத் தொடங்கினர். இந்திய விடுதலைப் போராட்டப் பின்புலத்தில் உயர்சாதி இந்துக்களின் நலன்கள் பொதிந்திருப்பதன் வெளிப்பாடுதான் தீவிரவாதம், மிதவாதம் போன்ற பேச்சுகள். ஆங்கிலேயரைத் துப்பாக்கி புல்லட்கள், வெடிகுண்டுகள்மூலம் விரட்டிட முயன்ற வாஞ்சிநாதன்

போன்ற பார்ப்பனர்கள், ஒருவகையில் வருணாசிரமத்தை மீண்டும் நடைமுறைப்படுத்திட முயன்றனர். ஆங்கிலேயக் கலெக்டரான ஆஷ் துரையைச் சுட்டுக்கொன்று, தானும் தற்கொலை செய்துகொண்ட வாஞ்சிநாதனின் சட்டைப்பையில் இருந்த காகிதத்தில், வருணாசிரமத்தின் வீழ்ச்சியைப் பொறுக்க முடியாமல்தான், ஆங்கிலேயனைக் கொலை செய்ததாக ஒப்புதல் தந்திருக்கிறார். "ஆங்கிலேய சத்ருக்கள் நமது தேசத்தைப் பிடுங்கிக்கொண்டு அழியாத சநாதன தர்மத்தைக் காலால் மிதித்து துவம்சம் செய்து வருகிறார்கள்...". என்ற கடித வாசகம் முக்கியமானது. வைதிக சநாதனம்தான் முதன்மையான எதிரி என்று அறிவித்து, திராவிட அரசியலை முன்னிறுத்தினர் நீதிக் கட்சியினர். திராவிட அரசியல், அன்றைய காலகட்டத்தின் தேவை. இன்றளவும் வேதம் ஓதுதல், ஆகம விதிகள் என்ற பெயரில் பார்ப்பனர் சாதிய அடுக்கில் உயர்ந்த இடத்தைப் பெறுவதற்கு இந்திய அரசியலமைப்புச் சட்டத்தையும் துணையாகக்கொண்டிருப்பது வருணாசிரமத்தின் செல்வாக்கு அன்றி வேறு என்ன? இன்றைக்குத் தமிழர்களின் அடையாள அரசியலை முன்னிறுத்தித் 'திராவிட மாடல்' என்று முதல்வர் ஸ்டாலின் அவ்வப்போது பெருமிதத்துடன் அறிவிப்பது, வைதிக சநாதனத்தின் மேலாதிக்கத்தையும் அதிகாரத்தையும் அரசியல்ரீதியில் எதிர்ப்பதன் வெளிப்பாடுதான்.

அறிவு என்பது எழுத்துமூலம் மட்டும் உருவாவது என்ற பொதுப்புத்தி ஏற்புடையதல்ல. பண்டைத் தமிழர் கட்டடம், மருத்துவம், சிற்பம், வானியல், உணவு, கால்நடை வளர்ப்பு, மர வேலை எனப் பல்வேறு துறைகளில் தேர்ச்சி பெற்றிருந்தனர். அவர்களுடைய மரபுரீதியிலான தொழில்நுட்ப அறிவு, வாய்மொழி மூலமாக அடுத்த தலைமுறைக்குப் பரவித் தொடர்ந்தது. ஆனால் பிரிட்டிஷார் இந்தியாவைக் காலனியாதிக்க நாடாக மாற்றி ஆண்டபோது ஐரோப்பியரின் மெய்காண் முறைமையானது, எழுதப் படிக்கத் தெரியாதவர்களை முட்டாள் எனக் கேவலமாகக் கருதியது. எழுத்தினை அறியாதவனால் அரிய திறமையுடையவனாக இருக்க முடியும் என்பது நடைமுறை உணர்த்தும் பாடமாகும். இத்தகைய அறிவினைத் தொகுக்கப்படாத அறிவு எனக் குறிப்பிட முடியும். பொதுவாக, மரபு வழியில் முன்னோரிடமிருந்து கற்ற அறிவு என்பது செய்திறனாகவும் கல்வியாகவும் பரிணமிக்கின்றது.

பண்டைக்காலத்தில் ஜைனத் துறவியரின் இருப்பிடமான பள்ளிகளில் கல்வி கற்றிட வந்த மாணவர்களுக்காக ஜைனத் துறவியர், வீடுவீடாகச் சென்று அரிசியைத் தானமாகப் பெற்று மாணவர்களின் பசியாற உணவிட்டதை அறிய முடிகிறது. அந்த மரபின் தொடர்ச்சி, பின்னாளில் வழக்கொழிந்தது. ஆங்கிலேயர் ஆங்கிலேயக் கல்விமுறைக்கு முக்கியத்துவம் அளித்தாலும் மாணவர்களிடமிருந்து கல்விக் கட்டணம் வசூலிக்கப்பட்டது. விளிம்புநிலையினரின் குழந்தைகள் கல்வி கற்றிட வாய்ப்பு இல்லாத சூழலில், தங்களுடைய தந்தையார் செய்த குலத்தொழிலைச் செய்திடுமாறு நிர்பந்திக்கப்பட்டனர். 18 ஆம் நூற்றாண்டில் தமிழகத்தில் நிலவிய வறுமை, பஞ்சம், பசி, சாதிய ஒடுக்குமுறை காரணமாக உழைக்கும் மக்கள் இலங்கை, மலேஷியா, மொரிஷியஸ், டச்சுக் கயானா, பர்மா, தென்னாப்பிரிக்கா போன்ற நாடுகளுக்குப் புலம்பெயர்ந்து அங்குக் கடின உழைப்பில் ஈடுபட்டு மடிந்தனர். தமிழ்நாட்டில் பெரும்பான்மைத் தமிழர்கள் கல்வியறிவு இல்லாத சூழலில் வைதிக சநாதனத்தின் ஆதிக்கம் வலுவாக விளங்கியது. இத்தகைய சூழலில், 1920 ஆம் ஆண்டு தமிழகத்தின் ஆட்சியைக் கைப்பற்றிய நீதிக் கட்சியின் ஆட்சியில் பெரும் மாற்றங்கள் ஏற்பட்டன. நீதிக் கட்சியின் கொள்கைகள், பின்னால் திராவிடர் கழகத்தின் செயல்முறைகளாக வடிவெடுத்தன. இன்றைக்குத் தமிழக முதலமைச்சர் மு.க. ஸ்டாலின் அறிவித்துள்ள ‘திராவிட மாடல்’ என்ற கருத்தியலுக்குப் பின்னர் நீதிக் கட்சியின் கொள்கைகள் பொதிந்துள்ளன. பள்ளிக்கூட மாணவர்களுக்குப் பள்ளிகளில் நண்பகல் உணவு வழங்கிடும் திட்டம், நீதிக் கட்சியினர் கண்டறிந்த சமூக நலத்திட்டம் ஆகும்.

1920ஆம் ஆண்டில் சென்னை மாகாணத்தில் நீதிக்கட்சி ஆட்சியில் தான் பள்ளிக்கூடத்தில் மதிய உணவுத் திட்டம் முதன்முறையாகக் நடைமுறைப்படுத்தப்பட்டது. 1920 ஆம் ஆண்டு நடைபெற்ற நேரடித் தேர்தலில் வெற்றி பெற்றுச் சென்னை நகரின் முதல் மேயரான பிட்டி தியாகராயர், பள்ளிக்கூடத்தில் மதிய உணவுத் திட்டத்தை அறிமுகப்படுத்தினார். சென்னை நகராட்சிக் குழுவின் அனுமதியுடன் முதற்கட்டமாகச் சென்னை, ஆயிரம் விளக்கில் உள்ள மாநகராட்சிப் பள்ளியில் மதிய உணவுத் திட்டம் அமல்படுத்தப்பட்டது. பின்னர் இந்தத் திட்டம் ஒரப்பாளையம், மீர்சாகிப் பேட்டை, சேத்துப்பட்டு போன்ற இடங்களில்

செயல்பட்ட பள்ளிகளுக்கும் விரிவுபடுத்தப்பட்டது. அன்றைய காலகட்டத்தில் ஒரு பெற்றோருக்கு ஏழெட்டுக் குழந்தைகள் சாதாரணமாக இருந்தன. போதிய உணவு இல்லாமல் சிறுவர்கள் ஏதாவது வேலைக்குச் செல்ல வேண்டிய சூழல் நிலவியது. இந்நிலையில் பெற்றோர் கூலி வேலைக்குச் சென்றபோது, வீட்டில் தனித்திருந்த குழந்தைகளுக்குப் பள்ளியில் மதிய உணவு கிடைக்கும் என்ற காரணத்தினால் பள்ளியில் சேர்க்கப்பட்டனர். இதனால் பள்ளிக்கு வரும் தாழ்த்தப்பட்ட, பிற்படுத்தப்பட்ட சாதியைச் சார்ந்த மாணவர்களின் எண்ணிக்கை, கணிசமாக உயர்ந்தது. வறுமை காரணமாகப் பள்ளிக்குச் செல்ல முடியாமல் சிறு வயதிலேயே பிழைப்புக்காக வேலை செல்லும் சிறுவர்களைப் பள்ளிக்கு வரவழைப்பதற்காகவும், அவர்களின் கல்வி வளர்ச்சியைக் கருத்தில்கொண்டும் நீதிக் கட்சியினரால் மதிய உணவுத் திட்டம் தொடங்கப்பட்டது.

அன்றையக் காலகட்டத்தில் பார்ப்பனச் சிறுவர்களுடன் பார்ப்பனர் அல்லாத சிறுவர்கள் பள்ளிக்குச் செல்வதை உயர்சாதியினரால் பொறுத்துக்கொள்ள முடியவில்லை. "நிதிச்செலவு அதிகரிக்கிறது, நிதி நிலை அறிக்கையில் துண்டு விழுகிறது" என்று அன்று மாநகராட்சியில் முக்கிய நிர்வாகப் பொறுப்பில் இருந்த பார்ப்பனர்களான உயர் அலுவலர்கள், மதிய உணவுத்திட்டத்துக்கு முட்டுக்கட்டை போட்டனர். எனவே மதிய உணவுத் திட்டம் 1 ஏப்ரல் 1925 அன்று நிறுத்தப்பட்டது. இதனால் பள்ளியில் சேர்ந்து படித்த மாணவர்களின் எண்ணிக்கை கணிசமானஅளவில் குறைந்தது. நண்பகல் உணவுத் திட்டத்தை நிறுத்தியது தொடர்பாகச் சென்னை நகராட்சியில் கடுமையான விவாதம் நடந்தது. நீதிக்கட்சித் தலைவர்களின் கடுமையான முயற்சிகளின் விளைவாக ஏழைக் குழந்தைகளுக்குப் பள்ளியில் மீண்டும் உணவு கிடைத்தது. நீதிக்கட்சி ஆட்சிக்காலத்தில் அறிமுகமான நண்பகல் உணவுத் திட்டத்தின் விரிவுபடுத்தப்பட்ட வடிவம்தான் 1956 ஆம் ஆண்டில் முதலமைச்சர் கு.காமராஜர் அறிமுகப்படுத்திய மதிய உணவுத் திட்டமாகும். நீதிக்கட்சி அறிமுகப்படுத்திய சமூக நலத்திட்டத்தின் நீட்சிதான் இன்று முதலமைச்சர் மு.க.ஸ்டாலின் அறிமுகப்படுத்தியுள்ள பள்ளி மாணவர்களுக்குக் காலைச் சிற்றுண்டித் திட்டம். அந்தத் திட்டத்தைத் திராவிட மாடல் என்று குறிப்பிடுவது பொருத்தமானது.

நீதிக்கட்சியின் தோற்றமும் செயல்பாடுகளும் தென்னிந்திய வரலாற்றில் முக்கியமானவை. சாதியரீதியில் தாழ்த்தப்பட்டவர்கள், விளிம்புநிலையரினரின் முன்னேற்றத்திற்கான இயக்கம் தேவை என்ற நிலையில் உருவானதுதான் நீதிக் கட்சி. அன்றைய காலகட்டத்தில் சாதிய ஏற்றத்தாழ்வுகளால் பிளவுண்டிருந்த சமூகத்தில் உயர்சாதியினருக்கு மட்டுமே கல்வி, அரசு வேலை என்ற நிலை நிலவியது. இந்திய விடுதலைப் போராட்டத்தில் பங்கேற்ற பெரும்பாலான உயர்சாதியினர், வைதிக சநாதனம் ஆங்கிலேயக் காலனியாதிக்க அரசினால் சிதிலமாக்கப்படுவதை எதிர்த்தனர். அவர்கள் சாதியரீதியில் ஒடுக்கப்பட்டவர்களின் விடுதலையும் சமூக நீதியும் குறித்துச் சிந்திக்கத் தயாராக இல்லை. பொதுவாக, உயர்சாதியினர் தனது சமூகத்தினரின் கட்டுப்பாட்டில் அனைத்தும் இருக்க வேண்டும் என்ற நோக்கத்துடன் செயல்பட்டு வந்தனர். இந்தச் சாதிய ஏற்றத்தாழ்வுகளை எதிர்த்துப் போராடிய வரலாற்றுப் பின்புலமுடையது நீதிக் கட்சி. 1912ஆம் ஆண்டு நடேச முதலியார் வழி நடத்த சென்னை ஐக்கியக் கழகம் தொடங்கப்பட்டது. இதுவே பின்னர் " திராவிட சங்கம்" என பெயர் மாறியது. 1916ஆம் ஆண்டு நடேச முதலியார், டாக்டர் டி எம் நாயர், பிட்டி தியாகராயர் கூடி அவ்வபோது விவாதம் நடத்தினர். பிறகு தங்களின் கொள்கைகளை மக்களுக்குக்கொண்டு சேர்த்திட பத்திரிகைகளைத் தொடங்கினர். தமிழ்ப் பத்திரிகைக்குத் 'திராவிடம்' எனவும், ஆங்கிலப் பத்திரிகைக்கு 'ஜஸ்டிஸ்' எனவும் பெயரிட்டனர். பிறகு, தென்னிந்திய நல உரிமைச் சங்கம் இணைக்கப்பட்டு, நீதிக் கட்சியாக மாறியது. பார்ப்பனர் அல்லாதவர்களுக்கான கொள்கை அறிக்கையைப் பிட்டி தியாகராயர் வெளியிட்டார். பார்ப்பனர் அல்லாதவர்கள் அதிக சதவீதம் இருந்தாலும் பார்ப்பனர்களுக்குத்தான் அரசு வேலைகள் கிடைப்பதாகவும், பிற சலுகைகள் கிடைப்பதாகவும் அந்த அறிக்கையில் குறிப்பிடப்பட்டிருந்தது. இதற்குப் பார்ப்பனர்கள் கடும் எதிர்ப்புத் தெரிவித்தனர். கல்வியின்மூலம் மூலம் பார்ப்பனர் அல்லாதவர்களின் சமூக நிலையை உயர்த்தி விடலாம் என்ற நோக்கம், நீதிக் கட்சித் தலைவர்களிடம் இருந்தது. நீதிக் கட்சியினரின் தொடர்ச்சியான பிரச்சாரத்தினால் பொதுமக்கள் நீதிக்கட்சிக்கு ஆதரவு அளித்தனர். கல்வி என்பது உயர்சாதியினருக்கு மட்டுமே கிடைத்து வந்த நிலையை மாற்றி அனைத்துக் குழந்தைகளும் பள்ளிக்கூடம் சென்று படிக்கலாம் என்று சட்டம் இயற்றப்பட்டது, நீதிக்கட்சி

ஆட்சியில்தான். பள்ளிக்கூடத்தில் வசூலிக்கப்படும் கட்டணங்கள் அனைத்து மக்களாலும் செலுத்த முடியுமா என்று ஆலோசித்துக் கட்டணங்கள் நிர்ணயம் செய்யப்பட்டன. பிற்படுத்தப்பட்டோர், தாழ்த்தப்பட்டோரின் பிள்ளைகள் பள்ளிக்கூடத்திற்கு வரும்போது உயர்சாதியினரால் இன்னல்களுக்கு ஆளாக்கப்படுவார்களா என்று யோசித்த நீதிக் கட்சி, அந்தக் குழந்தைகள் எளிதில் வந்து செல்லும் இடங்களில் பள்ளிக்கூடங்களை நிறுவியது.

நீதிக்கட்சியின் ஆட்சியின்போது 1923ஆம் ஆண்டு தமிழகத்தில் அனைவருக்கும் கல்வி என்ற சட்டம் இயற்றப்பட்டது; 1921 முதல் 1928 வரை 19,095 தொடக்கப் பள்ளிகள் தொடங்கப்பட்டன. இதன்மூலம் நீதிக்கட்சி கல்விக்கு அளித்த முக்கியத்துவம் புலனாகிறது. தமிழகத்தில் இன்றுவரை கல்லூரிகளில் வழங்கப்படும் உதவித் தொகைகளை அறிமுகம் செய்தது நீதிக்கட்சிதான். நீதிக் கட்சியின் போராட்டங்களுக்குப் பிறகு தமிழில் படித்துப் பட்டம் பெறும் சூழ்நிலை உருவாக்கப்பட்டது. பள்ளர், பறையர் என்று அழைக்கப்பட்டவர்கள் இனிமேல் ஆதி திராவிடர் என்றே அழைக்கப்படுவார்கள் என்று 1925ஆம் ஆண்டு சட்டமன்றத்தில் தீர்மானம் நிறைவேற்றப்பட்டது. இதன் தொடர்ச்சியாகப் பொதுப் பள்ளிகளில் இதற்கு முன்னர் வரை ஆதிதிராவிடர்கள் படிக்க முடியாத சூழ்நிலை இருந்து வந்தது. அதை உடைத்தெறிந்து அனைவரும் பள்ளிக்கூடங்களில் படிக்கலாம் என்ற நிலையை உருவாக்கியது நீதிக்கட்சி. இதனால் அந்த ஆண்டு பள்ளிகளில் ஆதிதிராவிடர்கள் பயில்வது கணிசமாக உயர்ந்தது. ஆதிதிராவிட சாதியைச் சேர்ந்த பிள்ளைகளை தனியாக வகுப்பறையில் வைத்து பாடம் சொல்லித்தர வேண்டும் என்று பல்வேறு பக்கங்களில் இருந்து நீதிக் கட்சிக்கு நெருக்கடி தரப்பட்டது. இருப்பினும் அதனை ஏற்காத நீதிக்கட்சி அனைவரும் ஒரே இடத்தில்தான் கல்வி பயில வேண்டும் என்று அரசாணை பிறப்பித்தது.

முதல்வர் காமராஜரின் மதிய உணவுத் திட்டம்

இந்தியாவில், பள்ளி மாணவர்களுக்கு மதிய உணவு திட்டத்தை அறிமுகப்படுத்தியதில் தமிழ்நாடு முன்னோடியாக விளங்குகிறது. தமிழ்நாட்டின் முதலமைச்சராக இருந்த காமராஜர் இத்திட்டத்தை அறிமுகப்படுத்தினார். பள்ளிக் கல்வித் துறையில் இன்று தமிழகம்

அடைந்திருக்கும் முதன்மை இடத்துக்கு வித்திட்ட ஆட்சியாளர்களில் முதன்மையானவர், காமராஜர். மதிய உணவு, இலவசச் சீருடை, பள்ளிச் சீரமைப்பு இயக்கம் உள்ளிட்ட முக்கியமான திட்டங்களை காமராஜர் முன்னெடுத்தபோது, அவருடன் ஒன்பது ஆண்டுகள் உறுதுணையாக நின்று அத்திட்டங்களை நடைமுறைப்படுத்தியவர் அப்போதைய கல்வித் துறை இயக்குநரான நெ.து.சுந்தரவடிவேலு. அவர், 'நினைவு அலைகள்' என்ற தலைப்பில் எழுதிய தன்வரலாறு, மூன்று பகுதிகளாக 2,000க்கும் கூடுதலான பக்கங்களில் வெளிவந்துள்ளது. அந்த நூலில் காமராஜரின் கல்விச் செயல்பாடுகளும் மதிய உணவுத் திட்டம் நடைமுறைப்படுத்திட பட்ட பாடுகளும் இடம் பெற்றுள்ளன.

சுந்தரவடிவேலு கல்வித்துறை இயக்குநராகப் பதவியேற்றுக் கொள்ளும் முன்பு தியாகராயர் இல்லத்தில் முதலமைச்சர் காமராஜரைச் சந்தித்து வாழ்த்துப் பெற்றார். அப்போது காமராஜர் அவரிடம் தாம் மேற்கொள்ளவிருக்கும் கல்வித் திட்டங்களுக்கான முன்னேற்பாடுகளைச் சொன்னார்; "பள்ளி இறுதி வகுப்பு வரை அனைவருக்கும் இலவசக் கல்வி வழங்க வேண்டும். மாணவர்களின் வீட்டுக்கு அருகில் பள்ளிகள் அமைய வேண்டும். தற்சமயம் இருக்கிற வாய்ப்புகளைக்கொண்டு அவற்றைச் செய்திட வேண்டும்."

காமராஜர் தமிழ்நாட்டின் முதல்வராக இருந்தபோது நெல்லையில் நடைபெற்ற நிகழ்ச்சியில் கலந்துகொள்வதற்காகச் சென்னையிலிருந்து காரில் சென்றுகொண்டிருந்தார். காரில் அவருடன் உதவியாளரும் இருந்தார். பகல் 11 மணி அளவில், கார் கோவில்பட்டி அருகே வரும்போது, வழியில் 12 வயதுச் சிறுவன் மாடுகளை மேய்த்துக் கொண்டிருந்தான். அதைக் கண்ட காமராஜர் டிரைவரிடம் காரை 'நிறுத்துப்பா' என்று கூறினார். பின்னர் அந்தச் சிறுவன் அருகே சென்று "தம்பி நீ படிக்க வேண்டிய வயதில் மாடு மேய்க்கிறாயே பள்ளிகூடம் போக வேண்டியது தானே..." என்று கேட்டார். அதற்கு அந்தச் சிறுவன் 'பள்ளிக்கூடம் போனால் கஞ்சி கிடைக்குமா?' என்று அவரிடம் கேட்டான். அந்தக் கேள்வி காமராஜரின் மனதைப் பாதித்தது. "அப்ப நீ படிப்பதற்குக் கஞ்சிதான் தடையா...? சரி மதியவேளை கஞ்சி கொடுத்தால் நீ பள்ளிக்கூடம் போவாயா?" என்று கேட்டார். அதற்குச் சிறுவன் உற்சாகத்துடன் "ஓ போவேனே" என்று பதில் கூறினான். அந்தச் சம்பவம் கல்வியில் பெரிதும்

அக்கறை கொண்டிருந்த காமராஜருக்கு ஏழை மாணவர்களைப் பள்ளியில் சேர்த்திட மதிய உணவுத் திட்டத்தைத் தமிழ்நாடு முழுக்க எப்படியாவது அமல்படுத்த வேண்டும் என்று யோசனைக்கு வழி வகுத்தது.

1955, மார்ச் 27 அன்று சென்னை பூங்கா நகரில் சென்னை ராஜ்ஜிய தொடக்கப்பள்ளி நிர்வாகிகள், ஆசிரிய நிர்வாகிகளின் மாநாடு நடைபெற்றது. அப்போது, சென்னை மாநகராட்சிக் கல்வி அலுவலராகப் பணிபுரிந்த அனுபவம் பற்றி சுந்தரவடிவேலுவிடம் உரையாடினார் காமராஜர். மாநகராட்சிப் பள்ளிகளில் மதிய உணவு போடுவதால் மாணவர்களின் வருகை அதிகமாகிறது என்ற தகவலைச் சொன்னார் சுந்தரவடிவேலு. காமராஜரிடமிருந்து எழுந்த கேள்வி 'இப்போதுள்ள நிலையில் எல்லா ஏழைப் பிள்ளைகளுக்கும் இலவச உணவு கொடுக்கத் தொடங்கினால் எவ்வளவு செலவாகும்?' என்பதுதான். அந்தக் கூட்டத்திலேயே தனியார் பள்ளிகள் இந்தத் திட்டத்தைச் செயல்படுத்த முயற்சி மேற்கொள்ள வேண்டும் என்று வேண்டுகோள் விடுத்தார். மாநிலம் முழுவதும் மதிய உணவு கொடுக்கும்வகையில் திட்டம் தீட்டுமாறு சுந்தரவடிவேலுக்கு ஆணையிட்டார். பயனுள்ள கல்வித் திட்டங்களை எப்படியாவது செயல்படுத்திவிட வேண்டும் என்பதுதான் காமராஜரின் கனவாக இருந்தது.

மாநில அரசின் அதிகாரிகள் மட்டுமல்ல, ஒன்றிய அரசின் அதிகாரிகளின் எதிப்புக்கும் இடையில்தான் மதிய உணவுத் திட்டம் தமிழகத்தில் நடைமுறைக்கு வந்தது. அத்திட்டத்தைத் தள்ளிவைக்கும்படி ஒன்றிய அரசு அதிகாரிகள் சொன்னதைக் காமராஜர் ஏற்றுக்கொள்ளவில்லை. 'மதிய உணவுத் திட்டத்தில் மட்டும் கைவைக்காதீர்கள்' என்று அத்திட்டத்துக்கான நிதி ஒதுக்கீட்டைப் பெற்றுவந்தார். 1956-57 வரவு செலவுத் திட்டத்தில் மதிய உணத் திட்டம் அறிமுகப்படுத்தப்பட்டது. வசதி படைத்தவர்களைக்கொண்டு பள்ளிகளில் அத்திட்டத்தை மேற்கொள்ளவும் வேண்டுகோள் விடுத்தார். 'வயிற்றுக்குச் சோறிடல் வேண்டும், இங்கு வாழும் மனிதருக்கு எல்லாம்' என்று பாடிய பாரதி பிறந்த ஊரான எட்டயபுரத்தில் அவர் படித்த பள்ளியில் 13.7.1956 அன்று மதிய உணவுத் திட்டம் தொடங்கி வைக்கப்பட்டது. காமராஜர், எட்டயபுரத்தில் மதிய உணவுத்

திட்டத்தைத் தொடங்கிவைத்தபோது, எட்டாம் வகுப்பு வரை கட்டாயம் படிக்க வேண்டும் என்று அரசமைப்புச் சட்டத்தில் குறிப்பிடப்பட்டிருப்பதைச் சுட்டிக்காட்டிப் பேசினார். அரசமைப்பு நிர்ணய அவையில் அவரும் ஓர் உறுப்பினராக இருந்தவர். அரசுக்கு வழிகாட்டும் நெறிமுறைகளில் ஒன்றான கட்டாயக் கல்வியை நடைமுறைப்படுத்தியதில் அவர்தான் இந்தியாவின் முன்னோடி.

நிதி அமைச்சரின் ஒப்புதலைப் பெற முடியாமல் போகவே சட்ட சபையில் இந்த விவாதத்தைத் தொடங்கினார், காமராஜர். அமைச் சர்களும் இத்திட்டத்தை குறித்து எதிர்மறைக் கருத்துகளையே பதிவு செய்தனர். தமிழகத்தின் தொடக்கப் பள்ளிகளில் மட்டும் 16 லட்சம் மாணவர்கள் பயின்றனர். அவர்களுக்கு மட்டுமே ஒரு கோடி ரூபாய் செலவாகும். அடுத்தடுத்த ஆண்டுகளில் இன்னும் செலவுத் தொகை அதிகமாகும் என அமைச்சர்கள் தெரிவித்தனர். மேலும், மதிய உணவுத் திட்டத்திற்கு நிதி ஒதுக்கப்பட்டு விட்டால் அரசின் மற்ற திட்டங்களைச் செயல்படுத்த முடியாது என்று அனைவரும் கைவிடவே காமராஜர் சோர்வடைந்தார். ஆனால் மதிய உணவுத் திட்டக் கனவு மட்டும் அவரைவிட்டுப் போகவே இல்லை. தமிழ்நாட்டில் பெற்றோர்கள் பெரும்பாலும் தங்களது குழந்தைகளுக்குச் சாப்பாடு போட முடியாத இயலாமையில் பிள்ளை களின் படிப்பையே நிறுத்தி விடுகின்றனர். இதனால் மாணவர்களின் எதிர்காலம் கேள்விக் குறியாகிறது. பசிக் கொடுமையால் ஒரு தலைமுறை படிக்காமல் இருப்பது ஒரு நாட்டின் வளர்ச்சியை தடுத்து விடும் என்று உணர்ந்த காமராஜர் எப்படியாவது மாணவர்களுக்கு இலவசமாக மதிய உணவினைக் கொடுக்க வேண்டும் என்று முடிவு எடுத்தார்.

பொது மக்களின் ஆதரவோடு இத்திட்டத்தைச் செயல்படுத்தலாம் என்ற முடிவெடுத்தார். அதனால் பொது மக்களின் நிதி உதவியைப் பெறுவதற்கான முயற்சிகளில் ஈடுபட்டார். 1955 இல் சென்னையில் ஆசிரியர் மாநாட்டில் உரை ஆற்றிய காமராஜர், மாணவர்களுக்கு உணவு வழங்கிடப் பிச்சை எடுக்கவும் தயாராக இருக்கிறேன். இத்திட்டத்திற்கு உதவுங்கள் என்று பேசினார். இந்தச் செய்தி செவி வழியாகக் கிராம மக்களைச் சென்று அடைந்தது. காமராஜரின் பேச்சினால் உற்சாகமடைந்த மக்கள் அவரைக் கருணை உள்ளம்கொண்ட தலைவராக அறிந்தனர்; தாங்களும்

பங்கு பெற வேண்டும் என்று முடிவெடுத்தனர். நாகலாபுரம் கிராம மக்கள் மாணவர்களின் மதிய உணவு திட்டத்திற்குத் தேவையான அனைத்துப் பொருட்களையும் கொடுத்து முதலில் இத்திட்டத்தை ஆரம்பித்து வைத்தனர். அப்பொழுது தமிழக அரசின் நிதித் துறையில் இருந்து இத்திட்டத்திற்கு எந்த நிதி ஒதுக்கீடும் செய்யப்படவில்லை என்பது குறிப்பிடத்தக்கது. தமிழ்நாட்டின் பல கிராமங்களில் இருந்து உணவுப் பொருட்கள், நிதி உதவி என கிடைக்கப்பெற்று மதிய உணவுத் திட்டம் வெற்றிப் பாதையில் சென்றது. சுமார் 4,000 ஆயிரம் பள்ளிகளில் மக்களின் கொடையால் கிடைத்த பொருட்களைக்கொண்டு இலவசமாக மதிய உணவினை அளித்திட வழி வகுத்தார், காமராஜர். அப்பொழுது காமராஜர் புதிய அறிவிப்பு ஒன்றை வெளியிட்டார். அதாவது, மக்கள் இத்திட்டத்திற்குப் பெருமளவு உதவி செய்கின்றனர் என்றாலும், அவர்களின் தலையிலேயே அனைத்துச் சுமைகளையும் வைக்கக்கூடாது. மக்களை மட்டுமே நம்பி இருந்தால் ஒருவேளை இத்திட்டம் தோல்வி அடையவும் வாய்ப்பு இருக்கிறது என்ற முடிவிற்கு வந்தார். மதிய உணவுத் திட்டத்திற்கு இனிமேல் 60% நிதி உதவியினை மாநில அரசு கொடுக்கும், 40% நிதியை மக்கள் கொடுத்தால் போதுமானது என்று அறிவித்தார்.

தமிழ்நாடு மாநில முதலமைச்சரான காமராசர் ஆட்சி, பார்ப்பனரல்லா தாரருக்குக் கல்வியின் பொற்காலமாக விளங்கியது. ‘எல்லார்க்கும் கல்வி’, ‘எல்லாருக்கும் பதவியில் உரிய பங்கு’ என்பதில் காமராசர், பெரியாரைப் போல உறுதியாக இருந்தார். பெரியாரின் கருத்துகள் காமராசரின் கல்வித் திட்டங்களில் பொதிந்துள்ளன. அவருடைய ஆட்சிக்காலத்தில் 16,000 தொடக்கப் பள்ளிகள், 30,000 ஆகப் பெருகின. அவற்றில் படிப்போர்க்கு இலவசக் கல்வி, இலவச உணவு, இலவசச் சீருடை, இலவசப் பாட நூல்கள் உதவியோடு பதினைந்து இலட்சம் குழந்தைகளுக்கு நண்பகல் உணவு பள்ளியில் அளிக்கப்பட்டது. இதனால் பள்ளிகளில் படிப்போர் எண்ணிக்கை ஏறத்தாழ 20 இலட்சங்களிலிருந்து 48 இலட்சங்களாகப் பெருகியது. புதிதாக 1,700க்கும் மேற்பட்ட உயர்நிலைப் பள்ளிகள் தொடங்கப்பட்டன. உயர்நிலைப் பள்ளிகளில் 3.86 இலட்சம் மாணவ, மாணவியர் படித்தனர் என்ற நிலை மாறி, 13 இலட்சம் பேர் படிக்கும் நிலை ஏறபட்டது.

தகுதி, திறமையைப் பாராமல், சாதி அடிப்படையில் இடங்களை ஒதுக்குவதால், தரம் குறைந்துவிடும்' என்று, உயர் சாதியினர் கத்திக்கொண்டு இருப்பது, இன்றளவும் தொடர்கின்றது. காமராசர் முதலமைச்சராக இருந்தபோது தகுதி, திறமை பற்றிக் குறிப்பிட்டதைக் கேட்டு ஆத்திரமடைந்தார். அவர் "எந்தத் தாழ்த்தப்பட்ட டாக்டர் தவறாக ஊசி போட்டதால், நோயாளி மாண்டுவிட்டார் என்று காட்டுங்கள். எந்தத் தாழ்த்தப்பட்ட பொறியியல் அதிகாரி கட்டிய முறையால் எந்தக் கட்டிடம் இடிந்து விழுந்து விட்டது என்று காட்டிடுங்கள் பார்க்கலாம். எல்லோருக்கும் அறிவு, திறமை இருக்கிறது; வாய்ப்பு கிடைத்தால் திறமை வளர்கிறது" என்று நெற்றியடியாகப் பதில் அளித்தார்.

எம்.ஜி.ஆர். ஆட்சியில் சத்துணவுத் திட்டம்

முதல்வர் எம்.ஜி.ஆர். தமிழகக் குழந்தைகளின் கல்வி மேம்பாட்டில் மதிய உணவின் முக்கியத்துவத்தைத் தன்னுடைய வாழ்க்கை அனுபவத்தின்மூலம் நன்கு அறிந்திருந்தார். அவர் சிறுவனாக இருந்தபோது பசியினால் வாடிய சூழலில், பக்கத்து வீட்டுப் பெண் கொடுத்த கொஞ்ச அரிசியைக்கொண்டு கஞ்சி காய்ச்சிக் குடித்துப் பசியைப் போக்கிக்கொண்ட தகவலை எம்.ஜி.ஆர். மிகுந்த வருத்தத்துடன் பகிர்ந்துள்ளார். அவர் ஆட்சிக்கு வந்தவுடன் பள்ளி மாணவர்களின் பசிக் கொடுமையைப் போக்கும்வகையில் சிறப்புத் திட்டம் தீட்ட வேண்டும் என்ற ஆர்வம் கொண்டிருந்தார். அப்போது அவர் மனதில் உதித்ததுதான் சத்துணவுத் திட்டம்.

காமராஜரின் மதிய உணவுத் திட்டத்தை விரிவுபடுத்தி, ஏழை மாணவர்களுக்குச் சத்தான காய்கறிகளைக் கொண்டு சுகாதாரமான முறையில் சமைத்துக் கொடுக்க வேண்டும் என்று முடிவெடுத்தார், எம்.ஜி.ஆர். அவர் ஆட்சிக்கு வந்து ஐந்து ஆண்டுகளுக்குப் பின்பு சத்துணவுத் திட்டத்துக்கான செயல்பாடுகளில் ஈடுபட்டார் சுமார் 100 கோடி நிதி ஒதுக்கீட்டில் இதற்கான திட்டங்கள் தீட்டப்பட்டன. அவருடைய அமைச்சரவையில் இருந்த பலரும் இத்திட்டத்தை வரவேற்கவில்லை. அரசுக்கு நிதிச்சுமையை அதிகரிக்கும் என்று கூறியவர்களின் ஆலோசனைகளைப் புறக்கணித்துத் திட்டத்தை அமல்படுத்தினார். ஊட்டச்சத்துக் குறைபாட்டால், பாதிக்கப்பட்ட

68 லட்சம் குழந்தைகளுக்காக 1982, ஜூலை 1 அன்று எம்.ஜி.ஆர், மேம்படுத்தப்பட்ட மதிய உணவுத் திட்டத்தைத் சத்துணவுத் திட்டமாக மாற்றினார்.

எம்.ஜி.ஆர். பள்ளிக்குச் செல்லும் குழந்தைகளுக்கு மட்டு மல்லாமல் சிறு வயதில் இருக்கும் பள்ளி செல்லாத குழந்தைகளுக்கும் இத்திட்டம் பயன் அளிக்க வேண்டும் என்று முடிவெடுத்தார். அதனால் 2 - 5 வயதுடைய குழந்தைகளுக்கு நல வாழ்வு மையங்களில் சத்துணவு அளிக்கப்பட்டது.

முதல்வர் கலைஞர் ஆட்சியில் விரிவுபடுத்தப்பட்ட மதிய உணவு

கலைஞர் ஆட்சிக்கு வந்தவுடன் மதிய உணவுத் திட்டத்தில் பல்வேறு விரிவாக்கப் பணிகளை மேற்கொண்டார். அவர், சத்துணவுத் திட்டத்தில் முதல்முறையாக மாதத்தில் இருமுறை முட்டை வழங்கும் திட்டத்தை அறிவித்தார். பருப்பு, காய்கறி மட்டுமே வழங்கப்பட்ட திட்டத்தில் முட்டை என்பது வரவேற்பைப் பெற்றது. பின்பு முட்டையை வாரம் ஒரு முறை என விரிவுபடுத்தினார், கலைஞர். 2008 ஆம் ஆண்டில் முட்டை சாப்பிடாத குழந்தைகளைக் கவனத்தில்கொண்டு வாழைப்பழம் கொடுக்கும் முறையை அறிமுகப்படுத்தினார். இத்திட்டத்திற்கு ரூ.1.40 கோடி கூடுதல் செலவு பிடிக்கும் என்றபோதிலும் கலைஞர் திறமையாகச் செயல்படுத்தினார். பள்ளியில் படிக்கும் மாணவர்களுக்கு மட்டுமல்லாது கர்ப்பிணிப் பெண்களுக்குச் சத்துணவு மாவு, மூன்று வயது வரை உள்ள குழந்தைகளுக்குச் சத்துணவு மாவு, வாரம் ஒரு முறை முட்டை, மதிய உணவில் 100 கிராம் எடையுள்ள கீரை, காய்கறிகள் போன்றவை கலைஞரின் ஆட்சிக் காலத்தில் அறிமுகப்படுத்தப்பட்டன.

முதல்வர் மு.க.ஸ்டாலின் ஆட்சியில் காலைச் சிற்றுண்டித் திட்டம்

முதலமைச்சர் மு.க.ஸ்டாலின், தமிழ்நாடு அரசுப் பள்ளிகளில் முதல் வகுப்பு முதல் 5ஆம் வகுப்பு வரையிலான மாணவர்களுக்குக் காலை நேரத்தில் சிற்றுண்டி வழங்கப்படும் என அறிவித்த

அரசாணை, வரலாற்றுச் சிறப்புடையது. காலை உணவுத் திட்டத்தின்மூலம் 1,545 அரசு தொடக்கப்பள்ளிகளில் பயிலும் 1 லட்சத்து 14 ஆயிரத்து 95 மாணவர்களுக்குக் காலைச் சிற்றுண்டி வழங்கப்படுகிறது. இந்தத் திட்டத்திற்கு ரூ.33.56 கோடி ஒதுக்கீடு செய்யப்பட்டுள்ளது. திங்கட்கிழமை முதல் வெள்ளிக்கிழமை வரை ரவா, சேமியா, அரிசி, கோதுமை ரவை உப்புமா, கிச்சடி, ரவா பொங்கல், வெண் பொங்கலுடன் காய்கறி சாம்பார், ரவா கேசரி, சேமியா கேசரி வழங்கப்படுகின்றன. அனைத்துப் பள்ளி வேலை நாட்களிலும் காலைச் சிற்றுண்டி வழங்கப்படுகிறது.

மாநகராட்சி, நகராட்சி, கிராமங்களில் உள்ள அரசுப் பள்ளிகளில் 1 முதல் 5ஆம் வகுப்பு வரையிலான மாணவர்களுக்குக் காலைச் சிற்றுண்டி வழங்கும் திட்டத்தை செப்டம்பர் 15ஆம் தேதி முதலமைச்சர் மு.க.ஸ்டாலின் தொடங்கி வைத்துள்ளார். இந்தத் திட்டம் விளிம்புநிலையினரின் குழந்தைகளுடைய வாழ்க்கையில் நிச்சயம் ஒளியேற்றும். முதல்வர் ஸ்டாலின் வெளியிட்டுள்ள அறிக்கை, வசதியற்ற குடும்பங்களில் இருந்து பள்ளிக்கூடம் வருகிற குழந்தைகளின் மீதான அவருடைய அக்கறையை வெளிப்படுத்தியுள்ளது. "நான் ஆட்சிப் பொறுப்பேற்ற பிறகு, எண்ணற்ற மக்கள் நலத் திட்டங்களுக்கான கோப்புகளில் கையெழுத் திட்டபோதிலும், முதலமைச்சரின் காலை உணவுத் திட்டத்திற்கான கோப்பில் கையெழுத்திட்டபோது எனக்கு ஏற்பட்ட மகிழ்ச்சிக்கு எல்லையே இல்லை. சமூகநீதியை உள்ளடக்கிய திராவிட மாடல் அரசின் மகத்தான திட்டம்தான் இந்தக் காலை உணவுத் திட்டம். வயிற்றுக்கு நிறைவும் செவிக்கு அறிவும் ஊட்டுபவையாக பள்ளிச் சாலைகளை மாற்றும் முயற்சி இது. இலட்சக்கணக்கான மாணவக் கண்மணிகளின் மனம் குளிர நான் காரணம் ஆகிறேன் என்பதே எனக்கு ஏற்பட்டுள்ள பெருமகிழ்ச்சி. திராவிட இயக்கக் கொள்கைகளில் உணர்வுப்பூர்வமாகத் தோய்ந்துபோன எனக்கு, ஏழைக் குழந்தைகளின் பள்ளிப் படிப்பை ஊக்குவிக்கும் இந்தத் திட்டம் ஒரு கனவுத் திட்டம்! முதலமைச்சராகப் பெருமிதம் தரும் திட்டம். மாநகராட்சிகள், நகராட்சிகள், ஊராட்சிகள், மலைப்பகுதிகள் எனத் தமிழ்நாட்டின் பல்வேறு பகுதிகளில் முதற்கட்டமாக இந்தத் திட்டம் தொடங்கப்படுகிறது. தாங்கள் பெற்ற பிள்ளைகளுக்குச் சமைப்பதில் எடுத்துக்கொள்கிற சிரத்தையோடு, தங்கள் அன்பைக் கொட்டி, தூய்மையுடன் உணவைப் பரிமாற

களப்பணியாளர்களை அன்போடு கேட்டுக்கொள்கிறேன். இந்தத் திட்டம், தனது நோக்கத்தில் மகத்தான வெற்றி அடைவதை மக்கள் பிரதிநிதிகளும், பொதுமக்களும் ஆர்வத்துடன் ஈடுபாடு காட்டி உறுதிப்படுத்த வேண்டும். வாய்ப்பு மறுக்கப்பட்ட கோடானுகோடி மக்களுக்குக் கல்வி வாய்ப்பை உருவாக்கித் தருவதும், கல்வியைப் பரவலாக்குவதன் மூலம் அதிகாரத்தில் அடித்தட்டு மக்களை அமர வைப்பதும் திராவிட இயக்கத்தின் அடிப்படையான கொள்கைகள். அந்தக் கொள்கைகளில் குறிப்பிடத்தக்க வெற்றியைத் திராவிட இயக்கம் கண்டுள்ளது என்பது தமிழ்நாடு பெருமைப்படத்தக்க ஒன்று!" முதல்வரின் அறிக்கையில் நீதிக் கட்சித் தலைவர் பிட்டி தியாகராயரின் குரல் ஒலிப்பதை அவதானிக்க முடிகிறது.

திராவிட மாடல் உணவுத் திட்டத்தின் பலன்கள்

பள்ளிக்கூட மாணவர்களுக்கு உணவு வழங்கிடும் திட்டம், பெற்றோர்கள் தங்களது குழந்தைகளைப் பள்ளிக்கு அனுப்புவதை ஊக்குவிக்கிறது.

பள்ளிகளில் குழந்தைகளின் சேர்க்கையை, குறிப்பாகப் பெண் குழந்தைகளின் சேர்க்கையை உணவுத் திட்டம் அதிகரிக்கச் செய்கிறது.

வகுப்பறையில் பசியுடன் வாடிடும் நிலையை உணவு வழங்கும் திட்டம் முடிவுக்குக் கொண்டு வந்துள்ளது.

சமூகமயமாக்கல், சாதி, ஒடுக்கப்பட்ட சமூக வர்க்கம் போன்றவற்றில் உணவுத் திட்டம் முக்கியப் பங்கு வகிக்கிறது.

எல்லா மாணவர்களும் ஒரே இடத்தில் அமர்ந்து உணவு உண்ணுவதால் சாதிய ஏற்றத்தாழ்வும், பொருளாதார வேறுபாடுகளும் அகற்றப்பட்டுள்ளன.

பள்ளியிலிருந்து குழந்தைகளின் இடை நிற்றல் விகிதம் குறைந்துள்ளது.

பொருளாதாரத்தில் நலிவடைந்த குழந்தைகளுக்குச் சத்தான உணவு கிடைத்திட வழி செய்யப்பட்டுள்ளது.

ஊட்டச்சத்துக் குறைபாடுள்ள பள்ளி மாணவ, மாணவியருக்கு ஊட்டச்சத்து உணவு வழங்குவதன் மூலம் கல்வித்தரம் மேம்பட்டுள்ளது.

தமிழகத்தில் பிட்டி தியாகராஜரால் அறிமுகப்படுத்தப்பட்ட பள்ளி மாணவர்களுக்கு இலவச உணவு வழங்கும் திட்டம், தமிழகப் பள்ளிக் கல்வித் துறையில் பெரும் கல்விப் புரட்சியைச் செய்துள்ளது. இதனால் தமிழகத்தின் நான்கு தலைமுறைகளுக்கும் கூடுதலான மாணவர்கள் பலன் அடைந்துள்ளனர். பொதுவாக அரசு ஒரு புதிய திட்டத்தைக்கொண்டு வரும்போது இது மக்களிடம் வாக்குப் பெறுவதற்கான முயற்சி என்று சாதாரணமாகப் பலரும் விமர்சிப்பது வழக்கம். அதுபோல எளிதாகக் கடந்துவிட முடியாத திட்டம் எனில், அது தமிழகப் பள்ளிகளில் படிக்கும் மாணவர்களுக்கு இலவசமாக உணவு அளிப்பதுதான். எந்த அரசியல் நோக்கமும் இன்றி, நீதிக் கட்சியினரால் எளிய மக்களின் நலன் கருதி ஏற்படுத்தப்பட்ட பள்ளி மாணவர் உணவுத்திட்டம், பருண்மையான நோக்கமுடையது; வரலாற்றுச் சிறப்புடையது. அண்மையில் 'திராவிட மாடல்' என்ற பெயரில் முதல்வர் ஸ்டாலின் அறிவித்துள்ள காலைச் சிற்றுண்டித் திட்டம், தமிழகக் கல்வி வரலாற்றில் அடுத்த கட்ட பாய்ச்சல்; குறிப்பிடத்தக்க நிகழ்வு. தமிழகத்தில் விளிம்புநிலையினர் பட்டினியுடன் வாடியபோது, "வாடிய பயிரைக் கண்டபோதெல்லாம் வாடினேன்" என்று சொன்ன வள்ளலார் வழியில் சென்ற தமிழக முதல்வர்களைத் தொடர்ந்து ஸ்டாலின் பயணிக்கிறார். பள்ளிக் குழந்தைகளுக்குக் காலைச் சிற்றுண்டித் திட்டத்தைச் செயல்படுத்தியுள்ள முதல்வர் ஸ்டாலினின் எண்ணம், தொலைநோக்குப் பார்வையின் வெளிப்பாடு. அது, திராவிட மாடலின் தொடர்ச்சி அன்றி வேறு என்ன?

உயிர்மை, 2022, அக்டோபர்

ஒடுக்கப்பட்டோரின் வரலாறு கறுப்பா? காவியா?

அண்மையில் மதுரை நகரின் பிரபலமான வழக்கறிஞர் தி. லஜபதிராய் எழுதியுள்ள 'நாடார் வரலாறு கறுப்பா...? காவியா..?' என்ற புத்தகத்தை வாசித்தபோது, சாதி குறித்த சுயவிமர்சனப் பார்வையில் இன்று விவாதிக்க வேண்டியதன் அவசியம் புலப் பட்டது. சாதிய ஏற்றத்தாழ்வு என்பதைக் கடந்து வேறு புதிய உலகிற்குள் பயணித்து விட்டோம் என்ற நம்பிக்கை, கேள்விக் குள்ளானது. சாதி இன்று தமிழர் வாழ்க்கையில் எவ்வாறு ஆதிக்கம் செலுத்துகிறது என்பதைக் கண்டறிந்திட சாதியத்தை முன்வைத்த செயல்களையும் பேச்சுகளையும் வெளிப்படையாகப் பேச வேண்டிய நேரமிது. கடந்த நூற்றாண்டில் 1939ஆம் ஆண்டில்கூட மதுரை, மீனாட்சி அம்மன் கோவிலுக்குள் நாடார் சாதியைச் சார்ந்தவர்கள் நுழைந்ததால், தீட்டுப்பட்டு விட்டது என்ற நிலையுடன் இன்று தமிழகத்தில் நாடார் சாதியினர், பொருளாதாரரீதியில் அடைந்துள்ள முன்னேற்றத்தை ஒப்பிட வேண்டியுள்ளது. போன நூற்றாண்டில்கூட இழிவான சாதியினராகக் கருதப்பட்ட நாடார் சாதியினர், அதிலிருந்து மீண்ட வரலாறு கவனத்திற்குரியது. நாடார் சாதியினரை முன்வைத்து 'கறுப்பா? காவியா?' என்று லஜபதிராய் எழுப்பியுள்ள கேள்விகள், பிராமணர்களைத் தவிர்த்து மற்ற எல்லா சாதியினருக்கும் பொருந்தும். சாதி பற்றிய பொதுப்புத்தியுடன் இன்றைய தமிழகத்தில் ஒடுக்கப் பட்ட, இடைநிலைச் சாதியினரின் சமகால நிலைமை குறித்து ஆராய்ந்திடுவது அவசியமாகும். 'சாதிகளை ஒழிக்க வேண்டும், எல்லோரும் சமம்' என்ற பெரியாரின் கருத்தியல் செல்வாக்குடன் கடந்த ஐம்பதாண்டுகளாக வாழ்ந்த தமிழர்களின் நடப்புச்சூழலை மறுபரிசீலனை செய்யவேண்டிய நெருக்கடி ஏற்பட்டுள்ளது. சாதி என்ற மரபான ஒற்றைச் சொல்,

இன்று புதிய அர்த்தத்தில் வழங்கப்படுகிறது. வைதிக சநாதனத்தை முன்னிறுத்துகிற ஆர்.எஸ்.எஸ். போன்ற மத அடிப்படைவாத அமைப்புகள் கட்டமைக்கிற அரசியல் கொடூரத்தின் வெளிப்பாடாகச் சாதி என்ற சொல் மாற்றப்பட்டிருக்கிறது. சாதி என்ற சொல்லுக்குப் பின்னர் பொதிந்திருக்கிற சநாதன அரசியல், காத்திரமானது. பருண்மையான கருத்தியல் வடிவம் இல்லாமல், பிறப்பு அடிப்படையில் ஒவ்வொருவரின் சமூக இருப்பையும் தீர்மானிக்கிற சாதி என்ற சொல், வரலாற்றில் வகிக்கிற பாத்திரம் விநோதமானது. இந்தியாவில் சாதி ஏன் இப்படி மனிதர்களைப் பிளவுபடுத்தி, தீராத துயரத்திற்குள் இன்றளவும் மூழ்கடிப்பதற்கான காரணங்கள் ஆய்விற்குரியன.

எனது பள்ளிப்பருவத்திலே ஒருவரை அடையாளப்படுத்தவும் இழிவுபடுத்தவும் பயன்படுத்தப்பட்ட சாதிப் பெயர்கள் குறித்து யோசித்திருக்கிறேன். எங்கள் ஊரில் வசதியான பின்புலத்தில் வளர்ந்த என்னை ஆதிக்க சாதியினர். ‘சாணாப் பயலே’ என்று சாதியின் பெயரால் கேவலப்படுத்த முயன்றபோது ஏன் இப்படி திட்டுகின்றனர் என வருத்தப்பட்டு இருக்கிறேன். என்னுடைய தந்தையார் உள்ளிட்ட நெருங்கிய உறவினர்களின் பெயர்களுக்குப் பின்னால் ‘நாடார்’ என்ற சாதிப்பெயர் பின்னொட்டாக இருக்கையில், ஏன் சாணார் என்ற பெயரைச் சொல்லி எப்பொழுதும் கேவலமாகப் பேசுகின்றனர் என்று தோன்றும். காலையில் எழுந்து வைகை ஆற்றில் குளிப்பதற்காக நண்பர்களுடன் செல்லும்போது, எதிரில் குளித்துவிட்டு வருகிற பார்ப்பனத்திகள், “சூத்திரா ஒதுங்கு!” என்று பதற்றத்துடன் சொல்வதைக் கேட்டு வெறுப்படைந்திருக்கிறேன். எங்கள் அய்யாப்பாவின் மாவு அரைக்கிற மில்லில் தானியத்தை அரைக்க வருகிற பார்ப்பனப் பெண்கள், அரவைக்கூலியைக் கையைத் தொடாமல் தூக்கிப்போடுவதைப் பார்த்திருக்கிறேன். சலவைக்குத் துணியெடுக்கிற வண்ணார் சாதிப் பெண்கள், இரவுவேளையில் எங்கள் வீட்டில் உணவு வாங்காமல் போவதற்கான காரணத்தை அறிந்தபோது, சாதியின் இன்னொரு முகம் புலனாகியது. சமயநல்லூர் கிராமத்தில் தந்தையார் வைத்திருந்த ஸ்டேஷனரி கடையில் கடன் கேட்டுத் தரமறுத்தபோது, ‘சாணாப் பயலுக்குத் திமிரைப் பாரு’ என்ற ஆதிக்கச் சாதிக்காரர்களின் ஆணவக்குரலை வெறுத்தேன். ஊருக்குள்ளும் வெளியிலும் எங்கே போனாலும்

எனது பிறப்பின் அடிப்படையிலான சாதியின் அடையாளம், என்னைத் துரத்தி வந்தது. 'சக்கிலியனைத் தொட்டால் தீட்டு, சாணானைப் பார்த்தாலே தீட்டு' என்ற குரல் கிராமத்து வெளியில் அவ்வப்போது ஒலித்துக்கொண்டேயிருக்கும். நிலம், கடை, அரிசி ஆலை, காரை வீடு என்ற மச்சு வீடு என வசதியாக வாழ்ந்த எனது அய்யாப்பா, தந்தையார், சித்தப்பா, மாமா போன்றவர்கள், திராவிட இயக்கப் பின்புலத்தில் சாதி மறுப்பை நடைமுறையில் செயல்படுத்தினர். தினத்தந்தி, முரசொலி, விடுதலை போன்ற நாளிதழ்கள் எங்கள் வீடுகளில் வாங்கியது, ஒருவகையில் அரசியல் விழிப்புணர்வு ஏற்படக் காரணமாக இருந்திருக்கும். எனது தந்தையார் நாற்பதுகளில் சைக்கிள் ஓட்டிச் சென்றதற்காகச் சாதியைச் சொல்லி, அடித்த ஆதிக்க சாதியினரின் அடாவடித்தனத்தை எதிர்கொண்ட நிலையை வாய்மொழியாக அறிந்திருக்கிறேன். ஏழு வயதில் வாசிக்கத் தொடங்கிய நாளிதழ்களும், பத்து வயதில் வாசித்த காந்தியின் 'சத்திய சோதனை' புத்தகமும், எங்கள் வீட்டுக்கருகில் நடைபெற்ற தி.க., தி.மு.க. அரசியல் கூட்டங்களில் பேசப்பட்ட பேச்சுகளும் இளவயதிலே என்னைச் சாதி, மத எதிர்ப்பாளனாகவும் நாத்திகனாகவும் மாற்றிவிட்டன. சாதி என்ற சொல், பள்ளி மாணவனாக இருக்கும்போதே எனக்கு வெறுப்பைத் தந்தது. சாதியினால் உருவாக்க முயன்ற இழிவைப் பொருட்படுத்தாமல் கடந்து போனேன். சகமனிதனைச் சாதிரீதியில் அணுகி, வெறுப்பது எப்படி நிகழ்கிறது என்பது இன்றளவும் எனக்குப் புரியாத புதிராக இருக்கிறது.

பார்ப்பனர்கள் அக்கிரஹாரத்தில் சௌகரியமாக தங்கியிருக்க, ஆதிக்க சாதியினர், சாதியின் பெயரால் யாரையும் திட்டுவதும், அடிப்பதும் சாதாரணமாக நடைபெற்ற சூழல், இன்றைய தலைமுறையினர் அறியாததது. சாதியைச் சொல்லி ஒருவரை இழிவுபடுத்துகிற ஆதிக்க சாதியினரின் கேவலமான செயல்கள், எழுபதுகளில்கூட தமிழகக் கிராமங்களில் நீக்கமறப் பரவியிருந்தன. சாதியை முன்வைத்து ஆதிக்க சாதியினர் செய்த அடாவடிச் செயல்கள், அக்கிரமங்கள் காரணமாக விளிம்புநிலையினர் எப்பொழுதும் அடங்கியொடுங்கி இருந்தனர். அதிலும் பறையர், பள்ளர், சக்கிலியர் போன்ற சாதியினர் எவ்விதமான உரிமையும் இல்லாமல், கொத்தடிமைகள் போல நடத்தப்பட்டதுடன், எப்போதும்

வன்முறையை எதிர்கொண்டிருந்தனர். சாதி என்பது சிந்துபாத்தின் கடல் கிழவன் போல கிராமத்தில் விளிம்புநிலையினர்மீது ஆதிக்கம் செலுத்திய காலகட்டம், துயரத்தின் உச்சம். ஆதிக்க சாதியைச் சார்ந்த பத்து வயதுச் சிறுவனை 'அய்யா மகன்' என்று பணிவுடன் அழைக்கிற ஒடுக்கப்பட்ட சாதியைச் சார்ந்த அறுபது வயதான பெரியவரை அந்தச் சிறுவன், மரியாதை இல்லாமல் பெயரைச் சொல்வதுடன் ஒருமையில் பேசுவதும், வாடா போடா என்பதும் இயல்பானதாகக் கருதப்பட்ட சூழலை இப்பொழுது நினைத்தாலும் வேதனையாக இருக்கிறது. பார்ப்பனியம்தான் சாதிய ஏற்றத்தாழ்வுகளுக்குக் காரணம் என்றாலும், ஆதிக்க சாதியினருடன் ஒப்பிடும்போது, பார்ப்பனர்கள் பிறர்மீது வன்முறை செலுத்தவில்லை. கிராமத்தில் ஒடுக்கப்பட்டோருக்கு உடனடியான எதிரியாக ஆதிக்க சாதியினர் விளங்கினர். காலப்போக்கில் பெரியாரின் சமத்துவக் கருத்துகள் பிரச்சாரமும், காமராசர் ஏற்படுத்திய தொடக்கப் பள்ளிகளும், மதிய உணவுத் திட்டமும் ஒடுக்கப்பட்டோர் மத்தியில் விழிப்புணர்வு உருவாகிடக் காரணமாக அமைந்தன.

எண்பதுகளில் அம்பேத்கார் பற்றிய பாடல்கள் ஒலிபெருக்கியில் ஒலிக்கத் தொடங்கியதும், வன்கொடுமைச் சட்டம் பற்றிய அறிமுகமும் தலித்துகளைக் கொடுமைப்படுத்தும் போக்கைக் கிராமங்களில் மாற்றியமைத்தன. அரசியல் விழிப்புணர்வு காரணமாக இன்று சாதிய மனோபாவத்தில் மாற்றங்கள் ஏற்பட்டபோதிலும், சாதியம், தமிழர்களைப் பிடித்துள்ள தீராத கொடிய நோயாக இருக்கிறது. இன்று சாதியத்தைத் தூக்கியெறிவது தமிழர்களின் முதன்மையான பணியாக இருக்கிறது. அதேவேளையில், வைதிக சநாதன தர்மத்தை மீண்டும் சாதிய அரசியல் வழியாக நிலைநிறுத்திட முயலும் பி.ஜே.பி., சங் பரிவாரம் போன்ற மத அடிப்படைவாதிகளை எல்லா வழிகளிலும் எதிர்ப்பது முக்கியமான சவாலாக இருக்கிறது.

எழுபதுகளின் பிற்பகுதியில் பெரியாரியம், மார்க்சியக் கருத்து களினால் ஈர்க்கப்பட்டுச் சமூக மாற்றத்திற்காக அமைப்புகளில் செயலாற்றியபோது, சில பத்தாண்டுகளில் சாதி ஒழிந்துவிடும் எனத் தோழர்கள் நம்பினோம். அதிலும் சாதி மறுப்புத் திருமணம் பரவலாகிடும்போது, சாதியத்தின் கோரப்பிடி விலகிடும் என்ற

நம்பிக்கை, அன்றைய காலகட்டத்தில் பரவலாக இருந்தது. காதல் திருமணம், சாதிய நிறுவனத்தைச் சிதிலமாக்கிடும் என்று காதலைப் புரட்சிகரமானதாகக் கருதிய போக்கு நிலவியது. இன்று சாதியக் கருத்தியல், தமிழக அரசியலில் அழுத்தமாக ஊடுருவி, தமிழர்களைச் சாதிரீதியாகப் பிளவுபடுத்துகிற சூழலை அவதானிக்கையில், சாதி வெட்டவெட்டத் தளிர்க்கிற விருட்சமாகத் தோன்றுகிறது. பெரியார், அம்பேத்கார் உள்ளிட்ட சமூகச் சீர்திருத்தவாதிகளின் குரல்கள், ஐம்பதாண்டுகளுக்கும் கூடுதலாகத் தமிழர் வாழ்வில் தாக்கத்தை ஏற்படுத்தியிருந்தாலும், ஏன் சாதியம் இன்றைக்கும் இத்தனை வலுவாக இருக்கிறது? சாதியத்தின் மேல்Xகீழ் பாகுபாடு காரணமாகப் பிறப்பின் அடிப்படையில் தமிழர்களை வேறுபடுத்தி, இழிவுக்குள்ளாக்கிடும் அவலநிலை, முழுக்க மாறுவதற்கான சாத்தியமுள்ளதா? யோசிக்க வேண்டியுள்ளது.

சாதியத்தின் ஏற்றத்தாழ்வு ஒருபுறம் எனில், இன்னொருபுறம் இந்து என்ற பெயரில் இந்துத்துவ சக்திகள் கட்டமைத்திடும் அரசியலில் பார்ப்பனியத்தின் மேலாதிக்கம் வலுவாக இருக்கிறது. நவீன வாழ்வில் மனு தர்மம் வலியுறுத்திய சநாதனக் கருத்துகள், நுணுக்கமான முறையில் பொதுப்புத்தியாக வடிவெடுத்து வெவ்வேறு வழிகளில் ஆளுகை செலுத்துகின்றன. நாத்திகக் கருத்தியல் மட்டுமின்றி, புத்தரையும் உள்வாங்கிக்கொண்ட வைதிக இந்து சமயம், நாட்டார் தெய்வங்களையும் விட்டு வைக்கவில்லை. பிறப்பின் அடிப்படையில்தான் ஒரு மனிதனின் இருப்பு, தகுதியைத் தீர்மானிக்க முடியுமென்ற பார்ப்பனியச் சிந்தனையின் வெளிப்பாடுதான், ஆகமம் என்ற பெயரில் இந்துக் கோவில் கருவறையில் நுழையும் உரிமையைப் பார்ப்பனர்களுக்கு மட்டும் வழங்கி இருக்கிறது. இந்திய உச்ச நீதிமன்றம், இந்து மத அடிப்படைவாதிகளுக்கும் பார்ப்பனர்களுக்கும் சார்பாகத்தான் தீர்ப்புகளை வழங்குகிறது. சுத்தம்Xஅசுத்தம், புனிதம்Xதீட்டு போன்ற கருத்துகளை மக்கள்மீது திணித்து, குறிப்பிட்ட பிரிவினரைத் தீண்டத்தகாதவர் என இழிவாக ஒதுக்கிற சநாதனச் செயல்பாடு, இன்றளவும் வலுவாகத் தொடர்வது வேதனையளிக்கிறது. ஆகமம், வேதம் கற்ற இந்துக்கள் எவரும் கோவில் அர்ச்சகராகலாம் என்ற கலைஞரின் சட்டரீதியான முயற்சி, இன்றளவும் நடைமுறையில் சாத்தியப்படாமல் இருப்பதற்குப் பார்ப்பனர்கள்தான் முதன்மையான

தடையாக உள்ளனர். அரசியலமைப்புச் சட்டம் எல்லோரும் சமம் என்று சொன்னாலும், வைதிக சமயத்தின் ஆகம விதிகள், பார்ப்பனியத்தின் முன்னர் தலைவணங்கி, பிறப்பின் அடிப்படையில் மனு வகுத்த விதிகளை மீண்டும் வழிமொழிகிறது.

கல்வி என்பது பார்ப்பனர் உள்ளிட்ட உயர்சாதினருக்கு மட்டும் என்றிருந்த நிலையானது, ஆங்கிலேயரின் காலனியாதிக்க ஆட்சியில் மெள்ள மாறியது. குலத்தொழிலைச் செய்வதுதான் தர்மம் என்ற நிலையைப் புறக்கணித்து, வியாபாரம் செய்யத் தொடங்கிய நாடார் போன்ற விளிம்புநிலையினரின் வாழ்க்கையில் மாற்றங்கள் ஏற்படத் தொடங்கின. தொடக்கத்தில் சந்தை வியாபாரியாக பிற ஊர்களுக்குச் சென்றவர்கள், நாளடைவில் பெரிய ஊர்களில் பேட்டைகள் நிறுவி, பொருளியலில் வளமடைந்தனர். என்றாலும், சமூக மதிப்பீட்டில் சாதியரீதியில் இழிந்தவர்களாக ஒதுக்கப்படும் சூழல் நிலவியது. சிவகாசி, விருதுநகர் போன்ற ஊர்களில் வாழ்ந்த நாடார் சாதியினர், தொழில் அடிப்படையில் முன்னேறினாலும், சாதியரீதியில் இழிந்தவர்களாகக் கருதப்பட்டதால், கோவிலுக்குள் நுழைவதற்கான அனுமதி மறுக்கப்பட்டிருந்தது. பொருளாதாரரீதியில் கோவிலுக்குள் நுழைய முயன்றபோது, சிவகாசிக் கலவரம் ஏற்பட்டு, சொத்துகள் அழிக்கப்பட்டு, பலர் கொல்லப்பட்டனர். கமுதி சிவன் கோவிலில் நுழைந்த நாடார்கள், அதற்கான உரிமையை முன்வைத்து, இந்திய நீதிமன்றங்கள் மட்டுமில்லாமல், லண்டன் ப்ரிவி கவுன்சில்வரை சட்டரீதியான போராட்டங்களை நடத்தினர். அவை சநாதன தர்மப் பின்புலத்தில் மறுக்கப்பட்டன. சநாதனக் கொடுமையை எதிர்த்து செங்கோட்டை, தென்காசி ஊர்களில் வாழ்ந்த நாடார்கள் இஸ்லாமியர்களாக மாறியதும் நடைபெற்றது. இத்தகைய போராட்ட வரலாற்றை மறந்த இளைய தலைமுறையினர், இன்று மீண்டும் பார்ப்பனியத்தின் பிடிக்குள் சிக்கியுள்ளனர். நாடார்களின் இறை நம்பிக்கை என்பது, குடும்பத்தில் முன்னர் இறந்தவரை வழிபடும் குலதெய்வ வழிபாடு ஆகும். இத்தகைய கோவில்களில் நாடார் சாதியினர்தான் பூசாரிகள். குலதெய்வக் கோவில்களில் பிள்ளையாருக்கு எனத் தனியாகச் சந்நிதியை ஏற்படுத்திய ஆர்.எஸ். எஸ்.காரர்கள், காலப்போக்கில் பிராமணரைப் பூசாரியாக்கியதில் இருந்து பிரச்சினைகள் தோன்றின என்று பொன்னீலனின் ‘மறுபக்கம்’ நாவலும், குமார செல்வாவின் ‘குன்னிமுத்து’

நாவலும் பதிவாக்கியுள்ளன. அதுவரை கிறிஸ்தவ நாடார்களுடன் இயல்பாகப் பழகிய இந்து நாடார்கள் முரண்பட்டு, மண்டைக்காடு கலவரத்தில் போய் முடிந்தது. சக மனிதர்களை எதிரியாகப் பாவிக்கிற அரசியலைப் போதிக்கிற ஆர்.எஸ்.எஸ். அமைப்பினரின் கருத்துகள், கண்டனத்திற்குரியன.

நாடார் வீட்டுத் திருமணங்களில், பெரியவர் ஒருவர் தாலியை எடுத்துத் தர, திருமணம் எளிமையாக நடைபெறுவது இன்றுவரை நடைமுறையில் உள்ளது. இன்று சிவகாசி, சாத்தூர் போன்ற ஊர்களில் பிராமண புரோகிதர்களை அழைத்து, வேள்வித் தீ வளர்த்துச் சநாதன முறையில் திருமணங்கள் நடைபெறுகின்றன. ஒரு நூற்றாண்டுக்கு முன்னர் தங்களுடைய முன்னோர் எப்படியெல்லாம் வைதிக சநாதன நெறியை எதிர்த்துப் போராடி, சுயமரியாதையுடன் விளங்கினர் என்ற வரலாற்றை மறந்துவிட்டதால், இந்த அவலம் ஏற்பட்டுள்ளது. புரோகிதரைத் திருமணத்திற்கு அனுமதிப்பது என்பது, பார்ப்பனிய மேலாதிக்கத்தை ஏற்றுக்கொண்டதாகும் என்ற புரிதல், பலருக்கும் இல்லை. இழிவுபடுத்தப்பட்ட சாதியினர் சுயமாக முன்னேறிய சூழலில், மீண்டும் சநாதனத்தின் பிடியில் சிக்கியிருப்பது, வைதிக அரசியலுடன் தொடர்புடையதாகும்

முன்னொரு காலத்தில் கல்வியறிவு, வேலைவாய்ப்பு போன்ற வற்றில் முழுக்க ஒதுக்கப்பட்டிருந்த விளிம்புநிலையினர், இன்று பொருளியல்ரீதியில் வளமடைந்தவுடன், தங்களை உயர் சாதியினராகக் கருதிக்கொண்டு, பார்ப்பனர்களை வைத்து வேள்வி வளர்த்து சநாதனத்திற்குத் துணை போகின்றனர். எனக்குத் தெரிந்த தலித்து நண்பர்களில் சிலர், தங்கள் வீட்டு விசேஷங்களுக்குப் புரோகிதப் பார்ப்பனர்களை அழைத்துப் புரோகிதச் சடங்குகள் செய்கின்றனர். இதனால் வைதிகப் புரோகித தொழிலை முன்வைத்துப் பார்ப்பனர்கள் தங்களைச் சமூக அடுக்கில் உயர்ந்த வர்களாக மீண்டும்மீண்டும் நிறுவுகின்றனர். இன்று ஓரளவு வசதியான தலித்துகள் வீட்டுத் திருமணம், புது வீடு குடிபோகுதல் தொடங்கி எல்லா விழாக்களிலும் பார்ப்பனர்களின் வேள்வித் தீ வளர்த்து யாகம் வளர்த்தல் நடைபெறுகிறது. புரோகிதம் பண்ணுகிற பார்ப்பனர்கள், வித்தியாசமான வேட்டிக் கட்டு, குடுமி, மேலுடம்பில் துண்டு எனக் குளிர்காலம் உள்ளிட்டு 24X7

காட்சியளிப்பது, பார்ப்பனியத்தின் மேலாதிக்கத்தைக் காட்டுகிறது. ஏதோ வெறுமனே தீயை வளர்த்து மந்திரம் சொல்வது என்று விளிம்புநிலையினர் அப்பாவித்தனமாக நம்புவது, சநாதனத்தை முன்னிறுத்திய மனுவின் கருத்துகளை ஏற்றுக்கொள்வதாகும். இந்து என்ற சொல்லின் பின்னர் பொதிந்திருக்கிற சநாதன அரசியல் குறித்து அரசியல்ரீதியில் பெரியார், அம்பேத்கார் போன்ற சித்தாந்தவாதிகள் அழுத்தமான கருத்துகளை முன்வைத்த பின்னரும், இன்று விளிம்புநிலையினர் தங்களை இந்துக்கள் என்று கருதிக்கொண்டு, பார்ப்பனியத்தின் அடிவருடியாக மாறிக்கொண்டிருப்பது வருத்தத்திற்குரியது. ஆயிரமாயிரமாண்டுகளாகப் பிறப்பின் அடிப் படையில் இழிந்தவர்களாக ஒதுக்கி, மனிதர்களாக மதிக்காத வைதிக சநாதனத்திற்குப் போற்றிப் பாடுகிறவர்களாக ஒடுக்கப்பட்ட சாதியினரில் ஒரு பிரிவினரை மாற்றுவது நடந்தேறியுள்ளது. இத்தகைய போக்கு, ஆர்.எஸ்.எஸ்., சங்பரிவாரம், விஸ்வ ஹிந்து பரிட்சத், இந்து மகா சபை, பி.ஜே.பி., போன்ற இந்து மத அடிப்படைவாதிகளுக்குக் கொண்டாட்டமாகி விட்டது. ஆயிரமாண்டுகளாக சநாதன தர்மத்தின் பெயரால் காலங்காலமாக ஒடுக்கப்பட்டிருந்த மக்கள், கடந்த காலத்தில் நடைபெற்ற வரலாற்றுச் சம்பவங்களை மறந்துவிட்டு, பார்ப்பனியத்தின் வாலாக மாற்றப்பட்டிருக்கிருக்கிற நிலைமையைக் கடுமையாக விமர்சிக்க வேண்டியுள்ளது.

சொந்த சாதியின் வரலாறு கறுப்பா? காவியா? என்ற கேள்வியை ஒவ்வொரு ஒடுக்கப்பட்ட சாதியினரும் கேள்வியாகக் கேட்க வேண்டிய தருணமிது. முன்னர் எப்பொழுதோ தங்கள் முன்னோர்மீது சுமத்தப்பட்ட இழிவையும் கொடுமையையும் அவற்றுக்கான காரணங்களையும் விருப்பு வெறுப்பு இல்லாமல் வரலாற்று அடிப்படையில் நினைவுபடுத்திட வேண்டியுள்ளது. ஏதோ சாதிய இழிவு மட்டுமல்ல, இன்று சங்பரிவாரம் நடத்துகிற சாதியை முன்வைத்து நடத்துகிற அரசியலை அம்பலப்படுத்திட வரலாறு மிகவும் அவசியம். குமரி மாவட்டத்தில் மண்டைக்காடு கலவரத்தை உருவாக்கியதுடன், இந்து நாடார்களை ஆர்.எஸ்.எஸ்.காரர்களாக மாற்றி, எப்பொழுதும் கொதிநிலையில் பிறர் மீது வெறுப்பைக் கக்குகிற பி.ஜே.பி. கட்சியினர், நாளைக்குத் தமிழகத்தின் பிற மாவட்டங்களுக்கு அதே அரசியலைக் கொண்டு

சென்றிட வாய்ப்புண்டு. அதுதான் அவர்களுடைய செயல்தந்திரம்; தொலைநோக்குத் திட்டம். இந்நிலைமை தமிழகத்தின் பிற பகுதிகளில் ஏற்படாமல் தடுத்திட ஒடுக்கப்பட்ட, இடைநிலை சாதியினர் கவனத்துடன் செயல்பட வேண்டியுள்ளது.

தமிழகத்தில் எங்கும் செல்வாக்கு பெறாத பி.ஜே.பி. கட்சியானது, நாடார் சாதியினர் வாக்குகளைப் பெற்று, பொன். ராதாகிருஷ்ணனை நாடாளுமன்ற உறுப்பினராக்க முயலுவதன் அரசியல் பின்புலம், ஆய்விற்குரியது. பொன்னீலன் எழுதிய மறுபக்கம் நாவல், எப்படியெல்லாம் ஆர்.எஸ்.எஸ்., அமைப்பு, நாடார்களின் குலதெய்வங்களின் கோவிலுக்குள் நுழைந்து நாடார்களிடம் செல்வாக்கு பெற்றது என்ற கதையை விரிவாகப் பேசியுள்ளது. தமிழக நிலப்பரப்பில் குமரி மாவட்டம், திருவிதாங்கூர் சமஸ்தானத்தில் இருந்து பிரிந்தது முதலாகத் தனிப்பட்ட அரசியல் அங்கே நிலவுகிறது. 19ஆம் நூற்றாண்டில் நாடார், புலையர் பெண்கள் உடம்பின் மேல் பகுதியில் துணி அணியக்கூடாது என்ற தடைக்கு எதிராக நடைபெற்ற தோள் சீலைக் கலவரம், ஒடுக்குமுறைக்கு எதிரான போராட்டமாகும். அய்யா வைகுண்டர், வைதிக சநாதன நெறிக்கு எதிராகக் கட்டமைத்த போராட்ட முறை, கவனத்திற்குரியது. சாதியரீதியில் ஒடுக்கப்பட்டிருந்த நாடார்கள், கிறிஸ்தவப் பாதிரியார்களின் வழிகாட்டுதலினால் கிறிஸ்தவர்களானது தனிக்கதை. நாடார்கள், வைதிகக் கோவில்களுக்குள் நுழையக்கூடாது என வைதிக சநாதனம் விதித்திருந்த தடையை எதிர்த்துப் போராடிய போராட்டம், தன்மான வரலாறு. விளிம்புநிலையில் இழிவாக ஒதுக்கப்பட்டிருந்த நாடார் சாதியினர் பொருளாதாரரீதியில் முன்னேறியிருந்தாலும், சமூக மதிப்பீட்டில் ஒதுக்கப்பட்டதற்கு எதிராகப் பெரியாருடன் இணைந்து செயலாற்றினர். பட்டி வீரன் பட்டி, ஊ.பு.அ. சௌந்திரபாண்டியன், விருதுநகர் ப.ப.ராமசாமி போன்ற தலைவர்களின் சுயமரியாதை இயக்கச் செயற்பாடுகள், ஒருவகையில் சாதிய இழிவு மனநிலையில் இருந்து விலகிட வழிவகுத்தன.

இன்று குமரி மாவட்டத்தில் நாடார்கள் நிலையைப் பற்றிய லஜபதிராயின் பதிவுகள் கவனத்திற்குரியன. “அன்று அவர்களை ஒடுக்கிய நாயர், நம்பூதிரி, வேளாளர் ஆகியோர்

பெருமளவில் பங்கெடுக்கும் ஆர்.எஸ்.எஸ். மற்றும் இந்து தீவிரவாத அமைப்புகளுடன் சேர்ந்துகொண்டு, குமரி மாவட்ட இந்து நாடார்கள், ஜெய் ஸ்ரீராம் என்று முழக்கமிடுவதும், கிறிஸ்தவ தேவாலயங்களைக் கட்டவிடாமல் தடுப்பதும், இஸ்லாமிய இளைஞர்களுடன் முரண்படுவதும் சரியான வரலாற்றுப் புரிதல் இல்லாமல் தங்களை இந்துக்கள் என்று கற்பனை செய்துகொள்வதால்தான் ஏற்படுகிறது." அரசின் கல்வி, வேலை வாய்ப்பில் இட ஒதுக்கீடு காரணமாக முன்னேறியதை மறந்துவிட்டு, இட ஒதுக்கீட்டிற்கு எதிராகப் பேசுவதும், கோவில் வழிபாட்டில் சமஸ்கிருதம் திணிக்கப்படுவதைப் பெருமையாகக் கருதுவதும் இந்து நாடார்களிடம் காணப்படுகிறது. திருவிழாக்களில் தீண்டாமையைப் போதிக்கிற சநாதன தர்மத்தின் மேன்மை பற்றிய உரைகளும், கிறிஸ்தவம், இஸ்லாம் மதங்களுக்கு எதிரான ஆர்.எஸ்.எஸ்.காரர்களின் வெறுப்பை உமிழும் உரைகளும் நிகழ்த்தப்படுகின்றன. முன்னர் உயர்த்திய கறுப்புக் கொடிக்குப் பதிலாக இன்று சநாதனத்தின் பிடியில் சிக்கியுள்ள இந்து நாடார்கள், காவிக் கொடியை உயர்த்துவது அபாயகரமானதாகும். கடந்த காலத்தில் தங்களுடைய முன்னோர்கள் உயர்சாதியினரால் எவ்வாறு கொடுமைப்படுத்தப்பட்டனர் என்பதை மறந்திட்ட இளைய தலைமுறையினரில் ஒருபிரிவினர், ஆர்.எஸ்.எஸ். அமைப்பின் பின்னர் அணி திரண்டிருப்பது, வரலாற்றில் மாபெரும் பிழையாகும். வைதிக சநாதனத்தை முன்வைத்துத் தங்களுடைய முன்னோர்களை இழிவுபடுத்திய பார்ப்பனியத்தின் கோரமுகத்தை இன்றைய இளைஞர்களுக்கு நினைவூட்டும்வகையில் லஜபதிராய் பதிவாக்கியுள்ள வரலாற்றுச் சம்பவங்கள், எல்லாச் சமூகத்தினருக்கும் பொருந்தக்கூடியன.

சாதியத்தின் இழிவிலிருந்து தப்பிக்க நாடார் சாதியினர் செய்த செயல்களில் இருந்து பிற ஒடுக்கப்பட்ட சாதியினர் கற்றுக் கொள்வதற்கு விஷயங்கள் உள்ளன. வைதிக சநாதனம், வரலாற்றில் இழிந்தவர்கள் எனப் புனைவாகக் கற்பித்ததை இன்று ஒடுக்கப்பட்ட சாதியினர் கடுமையாக மறுதலித்திட வேண்டும். ஒவ்வொரு சாதிக்கும் எனத் தனியான அடையாளத்தை உருவாக்கிக்கொண்டு, சாதிய மனப்பான்மையில் இருந்து வெளியே வர வேண்டியது அவசியம். கடந்த காலத்தில் தமிழ்ச் சமூகம், தமிழர்கள் எல்லோரையும் மட்டமாக நடத்தியதை அறிந்திட வேண்டியது

அவசியம். மக்களுக்குச் சேவை செய்யும்வகையில் பனை மரத்தில் ஏறி பதநீர் இறக்கி, கருப்பட்டியை உற்பத்திசெய்தவர்களைப் பனையேறி என்றும், மண் பாத்திரங்களைச் செய்தவர்களைக் குசவர் என்றும், நிலத்தில் உழுது தானியம் விளைவித்தவர்களைப் பள்ளர் என்றும், தலைமுடியை அலங்கரித்தவர்களை அம்பட்டையன் என்றும், துணியை வெளுத்துத் தந்தவர்களை வண்ணார் என்றும், இறந்த மாடுகளை அப்புறப்படுத்தியதுடன், இறந்தவர்களைத் தகனம் செய்தவர்களைப் பறையன் என்றும், மரம், இரும்புக் கருவிகள் செய்தவர்களை ஆசாரி என்றும் இழிவாகப் பேசிய சமூக அமைப்பு நிலவியதை ஒருபோதும் மறக்க இயலாது. 'எல்லாச் சேவை சாதிகளுக்கும் மேலாக உச்சியில் பார்ப்பனர்' என்ற சமூக மதிப்பீடுதான், சாதிய ஏற்றத்தாழ்வு தொடர்ந்திட வழிவகுக்கிறது. சேவை செய்கிறவர்களை இழிவாகக் கருதியதன் பின்புலத்தில் இருக்கிற பார்ப்பனியத்தைச் சிதிலமாக்கிட வேண்டியது, உடனடி அரசியல் செயல்பாடாகும். சாதியக் கட்டுமானத்தைத் தகர்த்திட முயலும்போது, சநாதனம் வெவ்வெறு வழிகளில் அதற்கெதிரான செயல்களில் ஈடுபடுவதைக் கண்டறிய முடியும்.

நிலத்தில் உழுது தானியங்களை உற்பத்திசெய்கிற பள்ளர் சாதியினர், பெருமையுடன் வாழவேண்டிய காலகட்டமிது. இன்னும் சொன்னால் மக்களுக்குச் சேவை செய்த சாதியினரை இழிவாக நடத்திய சநாதன தர்மத்தைத் தூக்கி எறிந்துவிட்டுப் பெருமிதத்துடன் விளிம்புநிலையினர் வாழ வேண்டும். கடந்த காலகட்டத்தில் தங்களுடைய முன்னோர்களைக் கேவலமாக நடத்திய சமூக அமைப்பைப் புறக்கணித்து, சுயமான அடையாளத்துடன், தன்னிச்சையான பொருளாதாரத்துடன் ஒடுக்கப்பட்ட சாதியினர் தங்களுடைய இருப்பினைத் தீர்மானிப்பது, எதிர்காலத்தில் மாற்றங்களை உருவாக்கிடும். அரசின் பொருளாதார உதவிகளையும், வேலை வாய்ப்புகளையும் பெற்றுக்கொண்டு முன்னேறுவது ஒருபுறம் எனில், ஒடுக்கப்பட்ட சாதியினர் தங்களுக்கான தொழில்களை உருவாக்குவதுடன், சுயமான பொருளாதார வாழ்க்கையை முன்னெடுத்துச் செல்வது இன்னொருபுறம் தீவிரமாக நடைபெறுதல் அவசியம். தலித்துகள் எனத் தனிப்பட்ட அரசியல் சித்தாந்தத்தை மட்டும் எப்போதும் முன்னெடுப்பது, அரசியலடிப்படையில் பெரிய மாற்றத்தை ஏற்படுத்தாது.

சாணார் எனக் கேவலமாகக் கருதப்பட்ட காலத்தில் அதைப் பொருட்படுத்தாமல், வணிகத்தில் ஈடுபட்டு, நாடார் என்று தங்களுடைய அடையாளத்தை நிறுவிப் பொருளாதாரரீதியில் முன்னேறிய வரலாற்றை மறுஆய்வு செய்யவேண்டியுள்ளது. நாடார் சாதியினரின் வீட்டுத் திருமணத்தில் சாப்பிடுவது தீட்டு என்று புறக்கணித்த சூழல் நிலவிய தமிழகத்தில், இன்று ராஜகோபால் அண்ணாச்சியின் சரவண பவன் ஹோட்டல்கள், திருத்தங்கல் நாடாரின் அருண் ஐஸ்கிரீம் கடைகள் போன்றவற்றில் உயர்சாதியினர் விருப்பத்துடன் சாப்பிடுவது தற்செயலானது அல்ல. வைதிக சநாதன தருமத்தின் பெயரால் யாரோ சிலர், சாதியரீதியில் இழிவுபடுத்தினால், அதை எப்படி ஏற்றுக்கொள்வது என்று எதிர்த்துக் கலகம் செய்திட்ட வரலாறு, கவனத்திற்குரியது. ஒருபுறம் சமூகரீதியில் ஏற்படுகிற இழிவைக் கேள்விக்குள்ளாக்கும்வேளையில், தனிப்பட்ட நிலையில், நான் யாருக்கும் குறைந்தவன் இல்லை; என்னை யாராலும் இழிவுபடுத்த முடியாது என்று ஒவ்வொருவரும் அழுத்தமாக நம்பினால்தான், தனித்துச் சுயமாக விளங்கிட இயலும். அம்பேத்கார் சொல்லிய கற்பி, ஒன்று சேர், புரட்சி செய் என்பதுடன் வணிகம் செய், தொழில் செய் ஆகியவற்றையும் சேர்த்துக்கொண்டால், அடுத்த தலைமுறை வளமடையும். வரலாற்றில் எங்கள் முன்னோர்களை இழிவுபடுத்தினர் என்று தங்களைத் தலித்துகளாக ஒதுக்கிக்கொண்டு, பிறரை ஒதுக்கிடும் அரசியல் சரிதானா? வைதிக சநாதனம், எல்லாச் சாதியினரையும் வெவ்வேறு அளவுகளில் இழிவுபடுத்திய சம்பவங்கள், வரலாற்றில் பதிவாகியுள்ளன. தமிழ் அடையாளத்துடன் தமிழர் என்ற பெருமிதத்துடன் எல்லோரும் ஒருங்கிணைந்து வாழ்ந்திடும்போது, சமத்துவம் உருவாகிடும் என்ற கனவு, எதிர்காலத்தில் நிஜமாகிடும்.

மனு வலியுறுத்திய வைதிக சமய நெறியை முன்னிறுத்தி, சங்கிகள், ஒவ்வொரு சாதிக்குள்ளும் ஊடுருவி, மீண்டும் சாதிய அமைப்பைப் புதிய வழிகளில் நிறுவிட முயலும்போது, அதன் கொடிய விளைவுகள் அபாயகரமானவை. இன்றைய சூழலில் கறுப்பா? காவியா? என்ற கேள்வியை ஒவ்வொருவரும் எதிர்கொள்ளும்போது, மோடி தலைமையில் உருவாகிக் கொண்டிருக்கிற பாசிசத்தைப் புரிந்திட முடியும். ஜெர்மனியில் மக்களின் ஆதரவுடன்தான் ஹிட்லர் முதன்முதலாக நாடாளுமன்றத்திற்குள் நுழைந்தார். அவருடைய

எதேச்சதிகாரச் செயல்களைக் கண்டறிந்திடாமல், ஜெர்மானியர்கள், மீண்டும் ஒருதடவை வாக்குகள் அளித்து, அவரை நாட்டின் அதிபராக்கினர். அப்புறம் அவர்கள் மீண்டும் வாக்கு அளிப்பதற்கு இருபது வருடங்கள் காத்திருக்க வேண்டியதாயிற்று. உலக வரலாற்றில் ஹிட்லரின் பாசிசம் நிகழ்த்திய கொடூரத்தை இந்தியர்கள் சந்திக்கப் போகிறார்களா? என்பது, இரண்டாம் தடவையாக மோடியை முன்னிறுத்தும் பி.ஜே.பி.க்கு வாக்களிப்பதைப் பொறுத்து இருக்கிறது. மீண்டும் ஒருதடவை மக்கள் மோடிக்கு வாக்களித்தால், அப்புறம் இந்தியாவில் எப்பொழுது மீண்டும் தேர்தல் நடைபெறும் என்பதை யாராலும் சொல்ல முடியாது. பாசிஸ்டுகளுக்கு ஜனநாயகம் என்ற சொல் ஒருபோதும் பிடிக்காது. பாசிசத்தின் செல்லக் குழந்தையான வைதிக சநாதனத்தை எதிர்த்திட வேண்டியதன் அவசியத்தை லஜபதிராய், நாடார் சாதியை முன்வைத்து அழுத்தமாகச் சொல்லியிருப்பது, காலத்தின் தேவையாகும்.

மூல நூல்

தி. லஜபதிராய், நாடார் வரலாறு கறுப்பா? காவியா?.

உயிர்மை, ஏப்ரல் 2021

கார்ப்பரேட் சாமியார்களும் யோகாவும் தியானமும்

நவீன வாழ்க்கையில் பரபரப்பாக இயங்கவேண்டிய நெருக்கடியான சூழலில் எல்லோரும் சிக்கியுள்ளனர். இத்தகைய சூழலுக்கு விதிவிலக்கு மிகவும் குறைவு. தகவல் தொழில்நுட்பத்தின் பிரமாண்டமான வளர்ச்சி காரணமாக சாமானியர்களும் அலைபேசி உள்ளிட்ட அறிவியல் கருவிகளுடன் புழங்க வேண்டியுள்ளது. எழுபதுகளில்கூட கிராமத்து விவசாயிகள், நிலத்தில் தானியத்தை விதைத்துவிட்டு, ஐந்தாறு மாதங்கள் எவ்விதமான அவசரமும் இன்றி வாழ்ந்தனர். கிராமத்துச் சாவடிகளில் ஆடு புலி, தாயக் கட்டத்துடன் கேலியும் கிண்டலுமாக வாழ்ந்தவர்களின் தேவைகள் மிகவும் குறைவு. இயற்கை சார்ந்த எளிமையான மனநிலை, இன்று அந்நியமாகி விட்டது. காலையில் எழுந்து குழந்தைகளைப் பள்ளிக்கு அனுப்புவது முதலாகத் தொடங்கிடும் ஓட்டம், பதற்றம் ஒருபோதும் முடிவடைதில்லை. ஏதாவது பொருளை வாங்கு, பயன்படுத்து, ரசனையை மாற்று, தூக்கியெறி, புதிய பொருளை வாங்கு என்ற நுகர்பொருள்ப் பண்பாட்டுத் தாரகமந்திரம், எல்லாவற்றையும் சந்தைக்கானதாக்கி விட்டது. இருபத்து நான்கு மணி நேரமும் செய்தி சேனல்களில் பிரேக்கிங் நியூஸ் பார்த்து, அசலான கருத்து எதுவும் இல்லாமல், முடங்கியிருக்கிற தனிமனிதனால் என்ன செய்யவியலும்? கணவன், மனைவி, குழந்தைகள் என்ற அணுக்குடும்பம் காரணமாகச் சிதிலமான பாரம்பரியமான குடும்ப உறவுகள், இன்னொருபுறம் அந்நியமாதலை ஏற்படுத்தியுள்ளன. பல்வேறு பிரச்சினைகளினால் அல்லல்படும் மனிதர்கள், மன உளைச்சலுக்குள்ளாதல் தொடர்ந்து நிகழ்கிறது. எல்லாம் சந்தைக்கானதாக மாற்றப்பட்ட சூழலில், தனிமனித மகிழ்ச்சியைத் தொலைத்துவிட்டுத் தேடியலைகிறவர்களின் மனம்,

நோய்மைக்குள்ளாகியுள்ளது. பொதுவாக, உடலிலும் மனதிலும் ஏற்படும் நோய்கள் முதலில் மனதையே பாதிக்கின்றன.

இன்றையப் பொருளியல் சார்ந்த வாழ்க்கையில் பொருளாதார நெருக்கடி, அரசியல், குடும்பம், வேலை, தேவைகள் நோக்கிய ஓட்டம் காரணமாகப் பலரும் மனஅமைதியை இழந்துள்ளனர். எப்பொழுதும் மொபைல் போனின் தொடுதிரைக்குள் மூழ்கி, வம்பு கேளிக்கைக்குள் பயணிக்கிறவர்கள், நடப்பு வாழ்க்கையுடன் பொருந்திட முடியாமல் தத்தளிக்கின்றனர். முகநூல் உள்ளிட்ட சமூக வலைத்தளத்தில் எப்பொழுதும் மூழ்கியிருக்கிறவர்கள், சக மனிதர்களைவிட்டு விலகித் தீவாக மாறியுள்ளனர். பொதுவாக, எதிலும் பிடிப்பற்று ஒதுங்கி இருக்கும் இளைய தலை முறையினர் பெருகியுள்ளனர். எப்பொழுதும் சோகமான மனநிலை, கவலை, மனஇறுக்கம், மனஅழுத்தம், சலிப்பு, வெறுமை, திருப்தியின்மை, உற்சாகமின்மை போன்றன பலரையும் பற்றிப் படர்கின்றன. அன்றாட வாழ்வில் மகிழ்ச்சியையும் கொண்டாட்டத்தையும் தொலைத்தவர்கள் மனதளவில் சுருங்குகின்றனர். மனச்சோர்வு எனப்படும் மனநோயினால் பாதிக்கப்படாதவர்கள் பூமியில் மிகக்குறைவு. ஜலதோஷம், காய்ச்சல்போல யாருக்கு வேண்டுமானாலும் மனச்சோர்வு நோய் எப்பொழுது வேண்டு மானாலும் ஏற்பட வாய்ப்புண்டு. மனதில் நோய் என்றவுடன் பொதுப் புத்தியில் நிலவுகிற மெண்டல், பைத்தியம், கிறுக்கு, லூஸு போன்ற வசைச் சொற்களால் அவதிப்பட வேண்டியது இல்லை. உடல் நோய்க்குள்ளாவது போல மனமும் நோய்க்குள்ளாவது இயற்கைதான். உடலுக்கு நோய் ஏற்படுவதுபோல மனதுக்கு நோய் என்ற புரிதல் பலருக்கும் இல்லை.

நுரையீரலின் வேலை சுவாசம் போல மூளையின் வேலை மனம் என்பது உளவியலாளர் கருத்து. உடலிலுள்ள உறுப்புகளில் ஏற்படும் பிரச்சினைகளைக் கண்டறியும் மனம், அதற்குச் சிறிய பிரச்சினை என்றால்கூடக் குழம்பிப் போகிறது. மனதைப் பற்றிக் காலங்காலமாகத் தத்துவஞானிகளும், மதவாதிகளும் நிரம்பச் சொல்லியுள்ளனர். புத்தர் சொன்ன கதையில் வரும் பார்வையற்றோர் யானையைத் தடவி ஒவ்வொருவரும் சொன்ன அபிப்ராயங்கள் போல மனதைப் பற்றிய பேச்சுகளும் முடிவற்று நீள்கின்றன. இன்றுவரையிலும் அறிவியலாலும் விளக்கமுடியாத

மனதின் சூட்சுமங்களைப் பற்றி ஆன்மீகம், யோகா, தியானம் மூலம் கார்ப்பரேட் சாமியார்களால் பரப்பப்படும் பரப்புரைகள் எந்த அளவில் சரியானவை? யோசிக்க வேண்டியுள்ளது.

பெரிய பள்ளிக்கூடம்/கல்லூரியில் லட்சம்லட்சமாகப் பணம் செலவழித்துப் படிக்க வைத்தாலும் மகன் அல்லது மகள் படிக்காமல் சோர்ந்து இருக்கின்றனரே எனத் தொடங்கும் பிரச்சினை, காலமெல்லாம் தொடர்கிறது. கண்டிப்பான பள்ளி, மாணவனும் மாணவியும் பேசினாலே தண்டனை கொடுக்கிற ஒழுக்கம் போதிக்கும் கல்லூரி எனப் பிள்ளைகளைச் சேர்த்துவிடத் துடிக்கும் பெற்றோர், தங்களுடைய குழந்தைகளின் மனதைப் புரிந்து கொள்வது இல்லை. எப்பொழுதும் படி, படி என விரட்டுவதனால் மாணவர்களின் மனம் சோர்வடைகிறது. சிலர் மனஅழுத்தம் காரணமாகத் தற்கொலை செய்துகொள்கின்றனர். ஒவ்வொரு குழந்தையும் இயல்பிலே தனித்துவமானது என்பதை நவீனக் கல்விமுறை மறுக்கிறது. பதின்பருவத்தில் தொடங்கும் பிரச்சினையினால் பாதிக்கப்படும் மனமானது வேலை, திருமணம், குடும்பம், அரசியல், நோய், மரண பயம் எனக் கடைசிவரை பதற்றமடைகிறது. இத்தகைய சூழலில் மனநோய் தொடர்கிறது. ஒவ்வொருவரின் புரிதல்திறனும் ஓரளவு சூழல் சார்ந்தது எனினும் மரபணு முக்கியப்பங்கு வகிக்கிறது. குழந்தையின் விருப்புவெறுப்பினைத் தீர்மானிப்பதில் மரபணுக்கள் முக்கியப் பங்காற்றுகின்றன. கிராமத்தினர் தலைவிதி என்று சொல்வது ஒருவகையில் மரபணுதான்.

மனிதன் அன்றாடம் எதிர்கொள்ளும் பிரச்சினைகளைத் தியானம், யோகா மூலம் தீர்க்க முடியும் எனப் பிரச்சாரம் செய்யும் கார்ப்பரேட் சாமியார்கள் இன்று பெருகிக் கொண்டிருக்கின்றனர். காட்சி ஊடகங்கள்மூலம் ஊதிப் பெருக்கப்படுகிற சாமியார்களின் படிமங்கள், திட்டமிட்டு உருவாக்கப்படுகின்றன. இன்னும் சில யோகா மாஸ்டர்கள் மருந்துகளினால் தீராத உடல் நோய்களைக்கூட யோகா, மெடிட்டேஷன்மூலம் குணப்படுத்த முடியும் என வாரக்கணக்கில் முகாம்கள் நடத்துகின்றனர். இந்திய மரபில் யோகா தத்துவம் இரண்டாயிரமாண்டுகள் பாரம்பரியமுடையது. குறிப்பாக, சித்தர்களும் சாமியார்களும் பூமியில் தங்கள் இருப்பினை மறக்க தியானம், யோகாமூலம் முயன்றனர். இன்றுகூட

ஹரித்துவார் நகரில் கங்கைக்கரையில் வாழும் சாமியார்கள் கஞ்சா போன்ற லாகிரிப் பொருள்கள்மூலம் சூழலை மறந்து ஏகாந்தநிலையில் உறைந்திருக்கின்றனர்; யோகப்பயிற்சியினால் உடலை மரணத்திலிருந்து காக்கமுடியும் என்று கடுமையாக முயலுகின்றனர்; ஜீவ சமாதி சாத்தியம் என்று நம்புகின்றனர். மூச்சுப்பயிற்சி, குண்டலினி என முயன்றவர்களின் ஆயுளைவிடக் கிராமப்புறங்களில் விவசாய வேலைகளில் ஈடுபட்டு எளிய வாழ்க்கை வாழ்ந்த விவசாயிகள் அதிக ஆண்டுகள் வாழ்ந்தனர் என்பதுதான் உண்மை.

உடலைக் கேவலமாகக் கருதுகிற மதங்கள், புலன்கள்மூலம் உடல்கள் அனுபவிக்கிற கொண்டாட்டங்களைக் கேவலமாகச் சித்திரிக்கின்றன; உடலைத் துறந்து சொர்க்கம் போகலாம் எனப் போதிக்கின்றன. பூமியில் உடல்களை வதைக்குள்ளாக்குவதில் இன்றளவும் மதங்கள் முன்னிலை வகிக்கின்றன. தமிழர் மரபில் மருந்து, யோகா, தியானம் மூலம் உடலை வளப்படுத்தலாம் என்று சித்தர்கள் மாற்றுக் கருத்தினை முன் வைத்தனர். ‘உடல் வளர்த்தேன் உயிர் வளர்த்தேனே’ என்று உடலுக்குச் சித்தர்கள் முக்கியத்துவம் தந்தனர். அன்றையச் சூழலில் சித்தர்கள் கலகக்காரர்கள். ஒருவகையில் வைதிக சநாதனத்தின் மீது கருத்தியல்ரீதியில் எதிர்த்து இயங்கியவர்கள் தமிழ்ச் சித்தர்கள்.

தியானம், மனதையும் உடலையும் நலப்படுத்தும் என்ற பிரச்சாரம் ஓரளவுதான் உண்மை. யோகா என்பது ஒருவகையில் உடற்பயிற்சிதான். ஆரோக்கியமாக இருக்கும் உடல், யோகாவினால் இன்னும் மேம்பாடு அடையும் என்பதில் ஐயமில்லை. நோய் வயப்பட்ட உடலுக்கும், மனதுக்கும் தரமான மருத்துவச் சிகிச்சை கட்டாயம் தேவை. மருந்து, அறுவைசிகிச்சை தேவைப்படும் நிலையிலுள்ள நோயாளிகள் நிச்சயம் மருத்துவரின் ஆலோசனை பெறவேண்டும். ஆனால் யோகாவும் தியானமும் பயிற்சிகள் என்பதை மறைத்து யோகா குருஜீகள் எனப்படும் கார்ப்பரேட் சாமியார்கள், எல்லாவிதமான நோய்களும் யோகாவினால் குணமாகும் என்று பொய்ப் பிரச்சாரம் செய்கின்றனர். பிரதமர் மோடி உள்ளிட்ட ஆர்.எஸ்.எஸ்.காரர்கள் யோகாவை முன்வைத்துச் செய்கிற செயல்களின் பின்புலத்தில் வைதிக சநாதனம் பொதிந் துள்ளது. ‘இந்தியா என்றால் ஆன்மீகப் பூமி’ என்ற

கருத்தினால் ஈர்க்கப்பட்ட மேலைநாட்டினர், குருஜீகளைத் தேடி வந்து ஆலோசனை பெறுகின்றனர். அறுபதுகளிலே குடும்ப அமைப்புச் சிதைவு, கட்டுப்பாடு அற்ற பாலியல் என ஒவ்வொருவரும் தனிமனிதர்களாகவும் தீவுகளாகவும் மாறியுள்ள மேலைநாட்டாருக்குக் கொஞ்சம் இந்திய மண்ணை அள்ளிக்கொடுத்து ஆன்மீகம் என்றால்கூட கிளர்ச்சி அடைகின்றனர். கோவை, ஈஷா யோகா மையத்தில் சிவராத்திரி அன்று நடைபெறும் டான்ஸ்களைக் காண்பதற்கு ரூ.10,000/ தந்து, முன்வரிசையில் அமர்ந்து சிவனுடன் ஐக்கியமானதாகக் கருதுகிற வெளிநாட்டார் ஒருவகையில் மூளைச் சலவைக்குள்ளானவர்கள். அதைப் பார்க்கும் தமிழர்கள் 'ஆகா...குருஜீ மாபெரும் ஆற்றல்மிக்கவர்; அதனால்தான் வெள்ளைக்காரர்கள் எல்லாம் வருகின்றனர்' என்று பாமரத்தனமாக நம்புகின்றனர்; வியப்படைகின்றனர். யோகா, தியானம் போன்றவை எல்லா நோய்களையும் குணமாக்கும் சர்வ ரோக நிவாரணி என்று கார்ப்பரேட் சாமியார்கள் சொல்வதை அப்படியே நம்புகிறவர்கள் எண்ணிக்கை, இன்று பெருகியுள்ளது.

தனிமனிதனுக்கு மனநலக் கோளாறுகள் சூழல் சார்ந்தும், மரபணுக்கள் சார்ந்தும் ஏற்படுகின்றன. மனதை நலமாக்கிட உளவியல்ரீதியில் அணுகும் மனநல மருத்துவம் அறிவியல் அடிப்படையானது. மனநலப் பிரச்சினைகளுக்குத் தீர்வு என்பது தியானம் மூலம் முடியும் என்பது நம்பிக்கை சார்ந்தது. மனதை அடக்கியாள முடியும் என ஆன்மீகவாதிகளும், மதவாதிகளும் காலங்காலமாகப் போதித்து வருகின்றனர். ஆனால் மனம் வேலை செய்வது அவரவர் கையில் இல்லை. தியானம் மூலம் மனதைக் கட்டுப்படுத்தலாம் என்பதற்கும், மனநோயைக் குணப்படுத்தலாம் என்பதற்கும் தொடர்பு எதுவுமில்லை. மனநோய்க்குள்ளானவரைக் குணப்படுத்திட தியானம் ஒருபோதும் பயன்படாது. மனநோய்க்குள்ளானவர், மனநல மருத்துவர் பரிந்துரைக்கிற மருந்துகளை அவசியம் சாப்பிட வேண்டும்.

மஞ்சள் காமாலை, காசம், நீரிழிவு போன்ற நோய்களை நலமாக்கிட தரமான சிகிச்சையும் மருந்துகளும் அடிப்படையானவை. ஆனால் இன்று புற்று நோய் உள்பட தீராத நோய்களையும் யோகாவினால் நலமாக்கிட முடியும் எனப் போலியான யோகா மாஸ்டர்கள் நகர்கள் தோறும் கிளம்பியுள்ளனர். அவர்களை நம்பிப் பலர் பொருளையும்

உயிரையும் இழந்துள்ளனர். எல்லாவற்றுக்கும் வரையறை இருப்பது போல யோகாவிற்கும் உண்டு. ஆனால், யோகாவும், தியானமும் சர்வநோய்க்கான மருந்துபோல காட்சி ஊடகங்கள் மூலம் விளம்பரப்படுத்தப்படுவது அறிவியலுக்கு முரணானது.

நோய் என்பது கர்மத்தினால் வருவது; பாவத்தினால் ஏற்படுவது; இறைவன் அளித்த தண்டனை என மதங்கள் போதித்தவேளையில், உடலுக்கு முக்கியத்துவம் தந்து யோகாவைச் சித்தர்கள் கற்பித்தனர். நோய்க்கு மருந்துகளைக் கண்டறிந்திட முயன்ற சித்தர்களின் நோக்கமும், முயற்சியும் தனித்துவமானவை. நோயாளிகளிடமிருந்து பணம் வாங்காமல் மக்களுக்கு யோகாவும் மருந்தும் அளித்த பண்டையச் சித்தர்கள், மக்கள் நலனில் அக்கறை கொண்டிருந்தனர். இன்று மில்லியன்கணக்கில் புரண்டு, சொகுசான ஆசிரமத்தில் வாழும் கார்ப்பரேட் சாமியார்கள் நோயைத் தீர்க்க யோகாவையும், தியானத்தையும் முன்னிறுத்துவது, ஒருவகையில் ஏமாற்று வேலை. ஹரித்துவார் நகரில் செயல்படுகிற பாபா ராம்தேவின் யோகா மையத்தில் சாதாரண உறுப்பினராகச் சேர்வதற்குக் கட்டணம் ரூ.11,000; சிறப்பு உறுப்பினர் கட்டணம் ரூ.51,000; வாழ்நாள் உறுப்பினர் கட்டணம் ரூ. 1,00,000/ …என்ற விளம்பரப் பலகை தொங்குகிறது. மனிதஇனத்தை உய்விக்க வந்த மகான்களாகத் தங்களை முன்னிறுத்தும் கார்பரேட் சாமியார்களின் பேச்சுச் சாதுரியத்தினால், யோகாவும் தியானமும் இன்று பிராண்ட் அடிப் படையில் மார்க்கெட்டிங் செய்யப்படும் சரக்குகளாக உரு மாறியுள்ளன. அதிலும் தியானம் என்ற சொல், நடுத்தர வர்க்கத்தினரை விட்டில் பூச்சிகளாக உருமாற்றியுள்ளது.

நாட்டின் நிலம், எரிபொருள், தாதுக்கள் என எல்லாவற்றையும் கொள்ளையடிக்கிற கார்ப்பரேட்டுகளின் பொருளியல் சுரண்டல் காரணமாக இன்று விளிம்புநிலையினரின் வாழ்க்கை பெரும் சீரழிவுக்குள்ளாகியுள்ளது. இந்நிலையில் கார்ப்பரேட்டுகளுக்குச் சார்பான மனநிலையைப் பொதுப்புத்தியில் உருவாக்கிட கார்ப்பரேட் சாமியார்களுக்குத் தியானமும், யோகாவும் பெரிதும் பயன்படுகின்றன. கார்ப்பரேட்டுகளுக்கும் யோகா குருஜீக்களுக்கும் இடையில் நிலவுகிற கள்ள உறவின் காரணமாகக் கைமாறும் கோடிகளுக்கும் அரசியல் தரகு வேலைகளுக்கும் கணக்கேது? அவை, தனிக்கதைகள்.

காலத்திற்கேற்ப புதுப்பிக்கப்படுகிற மதத்தின் பின்புலத்தில், இன்றைய வாழ்க்கைப் பிரச்சினைகளைத் தீர்க்க ஆன்மீகம்தான் உடனடித் தீர்வு என்று நவீனத் தொழில்நுட்பத்தின் உதவியுடன் போதிக்கப்படுகிறது. உடனடி சுரண்டல் லாட்டரி போல மதத்தை மாற்றிட ஜக்கி உள்ளிட்ட கார்ப்பரேட் சாமியார்கள் முயலுகின்றனர். உலகமயமாக்கலுக்குப் பின்னர் கடந்த பத்தாண்டுகளில் அம்பானி, அதானி போன்ற தரகு அதிகார வர்க்க முதலாளிகள் செழித்திருப்பது போல கார்ப்பரேட் சாமியார்களின் சொத்துகள், வணிக மதிப்புகள் கோடிக்கணக்கில் பெருகியுள்ளன. அமிர்தானந்தாமயி, பங்காரு அடிகளார், ஜக்கி வாசுதேவ், டி.ஜி.எஸ். தினகரன், தீபக் தாகூர், பாபா ராம்தேவ், ஸ்ரீஸ்ரீரவிசங்கர், சுதன்ஷன் மகாராஜ் போன்ற கார்ப்பரேட் சாமியார்களுடன் சாயிபாபா ஆசிரமங்கள், மகேஷ் யோகியின் ஆழ்நிலைத் தியான மையங்கள், வேதாத்திரி மகிரிஷியின் குண்டலினி மையங்கள் போன்றவை அதிகார மையங்கள் மட்டுமல்ல, கோடிக்கணக்கில் பணம் புரளும் வர்த்தக நிறுவனங்கள்.

ஆன்மீகத்தை மூலதனமாக்கி வியாபாரத்தைத் தொடங்கியுள்ள குருஜீக்கள், 'எல்லாவற்றுக்கும் ஆசைப்படு', சிகரத்தைத் தொட்டு விடலாம்', எல்லாம் உன் கையில்' என்று ஆசையைத் தூண்டும் விதமாக அருளாசி வழங்குகின்றனர். ஒருவிதமான போட்டி, இலக்கு நோக்கிப் பயணிக்கிறவர்கள் இறுதியில் நிராசையுடன் நொறுங்கிடும்வேளையில் மனம் தத்தளிக்கிறது. முதுமையில் வரவேண்டிய நீரிழிவு, மாரடைப்பு, வயிற்றுப் புண் போன்ற நோய்களுக்கு இன்று நடுத்தர வயதிலே பலரும் பலியாகின்றனர். எவ்வளவு சம்பாதித்தாலும் போதாது என்று மாய மான் பின்னால் ஓடிக்கொண்டிருக்கிற நடுத்தர வர்க்கத்தினர் ஒருநிலையில் 'மீட்சி இல்லையா?' என்று புலம்புகின்றனர். 'இருப்பதா? இறப்பதா?' என்று தத்தளிக்கிறவர்கள் கொஞ்சம் பணம் செலவழித்தால் போதும் சிக்கலில் இருந்து மீண்டும் விடலாம் என்ற போலியான நம்பிக்கையை நவீன ஆன்மீகவாதிகள் தியானத்தையும் யோகாவையும் முன்வைத்துக் கடைகளை விரித்துள்ளனர். ஒவ்வொரு குருஜீயும் தனக்கெனத் தனித்த பிராண்டை உருவாக்கிப் புதிய வகைப்பட்ட யோகா, தியானம் என்று மார்க்கெட்டிங் செய்து கோடிக்கணக்கில் பணம் சம்பாதிக்கின்றனர். ஆன்மீகச்

சந்தைப்படுத்துவதில் தொழில் முனைவோராகச் செயல்படுகிற கார்ப்பரேட் சாமியார்கள், தனிநபர்களின் பிரச்சினைகளைத் தீர்ப்பதில் பெரிதும் ஆர்வம் காட்டுவதில்லை என்பதுதான் உண்மை.

கார்ப்பரேட் சாமியார்களின் தியானத்தை முன்வைத்திடும் ஆன்மீகப் பேக்கேஜினால் அவர்களை நாடிச் செல்கிறவர்களுக்குத் தீர்வு கிடைக்கிறதா? நிம்மதியும் அமைதியும் கிடைக்கின்றனவா? மனதைக் கட்டுப்படுத்திட தியானம், உடலைக் கட்டுப்படுத்திட யோகா எனத் தொடங்குகிற சாமியாரின் அருளாசிகள், எளிமை, அன்பு என்று பொதுவான விஷயங்களில் முடிகின்றன. ஆனால், சாமியார்களின் அதியற்புத ஆற்றலையும் மகிமைகளையும் சீடர்களே புனைவாகப் பிரச்சாரம் செய்கின்றனர். எதைத் தின்றால் பித்தம் தெளியும் என்று தேடியலைகிறவர்கள் சாமியார்கள் விரித்துள்ள ஆன்மீக வலைக்குள் சிக்கிக்கொள்கின்றனர். 'எல்லாவற்றுக்கும் ஆசைப்படு' என்ற போதனை ஒருபுறம் எனில், 'மனதைக் கட்டுப்படுத்தினால் இறுதியில் பேரானந்தம்' என இன்னொருபுறம் ஆன்மிகத்துக்கு நவீனமான விளக்கம் சொல்கிற சாமியார்களின் இலக்கு, நடுத்தர வர்க்கத்தினர்தான்.

சமூகத்தில் பிரச்சினைகள் கூர்மையடைந்து முரண்பாடுகள், மோதல்கள் உருவாகிறபோது, காலந்தோறும் மதங்களின் பெயரால் சமரசம் முன்வைக்கப்படுகிறது. மதங்கள் மேலாதிக்கம் செய்திட இயலாமல் தத்தளிக்கும்போது நிலவுகிற பிரச்சினைகளைத் தீர்த்திட புதிய சாமியார்கள் கட்டமைக்கப்படுகின்றனர். புதிய கல்விக்கொள்கை, புதிய மருந்துக் கொள்கை போலப் புதிய கார்ப்பரேட் சாமியார்கள் உருவாக்கப்படுகின்றனர். ஜக்கி வாசுதேவ், நித்தியானந்தா, ஸ்ரீஸ்ரீரவிசங்கர் போன்ற சாமியார்கள் புதிதாக உருவாக்கப்பட்டதன் அடிப்படை இதுதான்.

சேதுக் கால்வாய் பிரச்சினையில் 'ராமர் எந்தப் பொறியியல் கல்லூரியில் படித்தார்?' எனறு பகடி செய்த முதலமைச்சர் கருணாநிதியின் கருத்துக்கு எதிர்ப்புத் தெரிவித்த கார்ப்பரேட் சாமியார் ராம்விலாஸ் வேதாந்தி, "கருணாநிதியின் தலையைச் சீவுவோருக்குப் பரிசு" என்று அறிவித்தான். அயோத்தி பிரச்சினையில் ஆர்.எஸ்.எஸ். அமைப்புடன் இணைந்து செயல்படுகிற வேதாந்தி, கருப்புப்

பணத்தைக் கமிஷன் வாங்கிக்கொண்டு வெள்ளைப்பணமாக மாற்றுகிற மோசடியை சி.என்.என். ஐ.பி.என். தொலைக்காட்சி அம்பலப்படுத்தியுள்ளது. சாமியார் என்ற போர்வையில் உயர்மட்ட அதிகாரிகள், அரசியல்வாதிகளுடன் கார்ப்பரேட்டுகளுக்கு ‘மாமா’ வேலை பார்க்கிற வேதாந்தி போன்ற சாமியார்கள், ஆசிரமம் என்ற போர்வையில் கோடிக்கணக்கில் சேர்த்து வைத்துள்ளனர். சில சாமியார்கள் அரசியல் புரோக்கர்கள்; சிலர் மாபியாக்கள்; சிலர் கருப்புப் பணத்தைப் பதுக்கும் வங்கிகள்; சிலர் போதைப் பொருள் கடத்தல்காரர்கள்; சிலர் மேல் தட்டினருக்குப் பாலியல் பெண்கள் சப்ளையர்கள். எவ்விதமான உழைப்பும் இல்லாமல் கோடிக்கணக்கில் பணம் சம்பாதிக்க கார்ப்பரேட் சாமியார்களுக்கு மதங்கள் பின்புலமாக இருக்கின்றன. காவி உடை நவீனச் சாமியார்களுக்கு மதத்துடன் கூடுதலாக யோகாவும் தியானமும் வணிகப் பொருட்களாகப் பயன்படுகின்றன.

கார்ப்பரேட் சாமியார்கள், மனம் என்பதைப் புரியாத புதிராக்கு வதுடன் அது ஆன்மா, உடலுக்கும் உயிருக்கும் தொடர்பற்றது என்ற புனைவைக் கற்பிக்கின்றனர். மூளையின் செயல்பாடுகளின் விளைவானது மனம். மனித உடல்களுக்குப் புறத்தில் இயங்குகிற இயற்கையையும் சமூகத்தையும் புரிந்துகொண்டு, எதிர் வினையாற்று வதன்மூலம் மனம் தனித்துவம் பெறுகிறது. சுற்றுச்சூழலும் வாழ்க்கையும்தான் ஒவ்வொருவரின் மனதின் அடித்தளத்தை வடிவமைப்பதில் முக்கியப் பங்காற்றுகின்றன. உடல் எதிர்கொள்கிற பிரச்சினைகள் ஒருபுறமும், புறவுலகில் தொடர்புகொள்கிறபோது கருத்துரீதியில் ஏற்படுகிற முரண்கள் உருவாக்குகிற பிரச்சினைகள் இன்னொருபுறமும் என்று மனம் பாதிப்பிற்குள்ளாகிறது. பொருளாதார ஏற்றத்தாழ்வு, தீராத நோய்கள், வறுமை, விபத்துகள் போன்றவை மனித மனத்தைச் சீரழிவுக்குள்ளாக்குகின்றன. மனமும் உடலும் ஒத்திசைவு இல்லாத அன்றாடச் சூழலில், சிவராத்திரியன்று விநோதமான உடையுடன் ஜக்கி சாமியார், கஞ்சா போதையில் நடனமாடுவதைப் பரவசத்துடன் பார்க்கிற பார்வையாளர்கள் ஒருவகையில் ஆன்மிகப் போதைக்குள்ளாகின்றனர். மனவளக் கலை, வாழும் கலை, வாழ்க வளமுடன் என்று ஆன்மீகத்தை நாடுவதற்கு வழியமைக்கிற கார்ப்பரேட் சாமியார்களால் ஒருபோதும் மனதையும் சமூகத்தையும் நலமடையச் செய்ய முடியாது.

மனம் நோய்மைக்குள்ளாவதற்கும் உடல் நலமில்லாமல் போவதற்கும் பருண்மையான வேறுபாடுகள் உள்ளன. சுற்றுச் சூழல் சீர்கேடு, சத்தான உணவு இன்மை, நுண் கிருமிகள் போன்றவற்றால் உடலில் நோய் ஏற்படுகிறது. குறிப்பிட்ட வாழ்க்கைப் பிரச்சினைகளால் பாதிப்பிற்குள்ளாகும் மூளை, தனது சமநிலையை இழந்து நோய்மைக்குள்ளாகிறது. பலவீனமடைந்த மூளையினால் உடலின் பிற உறுப்புகளும் பாதிப்பு அடைந்து ஒட்டுமொத்தச் செயல்பாடுகளும் சிக்கலுக்குள்ளாகின்றன. மூளைக்கு ஓய்வு என்பது அவசியமானது. அது, பயணித்தல், இசையைக் கேட்டல், விளையாடுதல், நடனமாடுதல், குழந்தையைக் கொஞ்சுதல், இயற்கையை ரசித்தல், தியானம் மூலம் சாத்தியப்படும். எனினும், சமூகத்தின் நெருக்கடி அல்லது அழுத்தம் காரணமாகச் சோர்வடைந்த மனதை அமைதிப்படுத்திட ஓய்வுகூட போதுமானதாக இல்லை. அப்பொழுது மனநல மருத்துவரின் உதவி அவசியம் தேவை.

கொரோனா காலத்தில் ஓர் ஆண்டில் பத்தாயிரம் கோடி பொருள் ஈட்டிய அம்பானி ஒருபுறமும், கொளுத்துகிற வெய்யிலில் ஆயிரக் கணக்கான மைல்கள் தொலைவு நடந்து சென்ற வடமாநிலத் தொழிலாளர்கள் இன்னொருபுறமும் இருக்கின்றனர். இது, இரு வேறு உலகம். நிகழ்காலத் துயரங்களுக்கு மாற்றாக ஆன்மீகம் போதிப்பது எதற்கு என்ற கேள்வி தோன்றுகின்றது. விதியும் வினைப்பயனும் மரணத்துக்குப் பின்னர் சொர்க்கமும் என மதங்கள் கட்டியமைத்த வழிமுறைகளை ஏற்றுக்கொள்ளவும் துயரத்தை நேசிக்கவும் ஆன்மீக முலாம் பூசி, தருகின்றனர் கார்ப்பரேட் சாமியார்கள். மேலும் அவர்கள் நிலவுகிற சமூக அமைப்பைத் தக்க வைத்திட முயலுகிற வேலையைத் தியானம் என்ற பெயரில் கட்டமைக்க முயலுகின்றனர்.

தகவல் தொழில்நுட்பத் துறையில் பணியாற்றுகிற இளைய தலைமுறையினரில் சிலர் கார்ப்பரேட் சாமியார்கள் பின்னர் அலை கின்றனர். சிலர் அமெரிக்காவில் இருந்து கிளம்பி, இந்தியாவிற்கு வந்து, கார்ப்பரேட் சாமியார்களின் ஆசிரமங்களில் வாரக்கணக்கில் தங்கியிருந்து தியானம் பயிலுகின்றனர். சில கார்ப்பரேட் நிறுவனங்கள் தங்களுடைய அலுவலர்களுக்குச் சிறப்புப் பயிற்சியாக யோகா, தியான வகுப்புகள் நடத்துகின்றன. வேலைப்பளு, இடைவிடாத பணி, வேலை தரும் நெருக்கடி, நிரந்தரமற்ற பணி

போன்ற அலுவல் தொடர்பான பிரச்சினைகளைத் தீர்க்காமல் ஆன்மீகம் என்ற பெயரில் அடிமைத்தனத்தைக் கற்றுத் தந்திட நவீனச் சாமியார்கள் பயன்படுகின்றனர். அலுவலர்கள் தொழிற்சங்கம் அமைத்திடுவதை எதிர்த்திடும் கார்ப்பரேட் முதலாளிகள் அதற்கு மாற்றாக யோகா, தியானம் என பரிந்துரைப்பதன் பின்னால் வர்க்க அரசியல் பொதிந்துள்ளது.

சங்கராச்சாரியார், புட்டபர்த்தி சாயிபாபா, பிரேமானந்தா, நித்தியானந்தா, குர்மீத் ராம்ரஹீம், ஆசாராம் பாபு, ஞானி விகரம் சவுத்ரி போன்ற கார்ப்பரேட் சாமியார்கள் பாலியல் பிரச்சினைகளில் சிக்கிக்கொண்டு செல்வாக்கு இழந்துள்ளனர். என்றாலும், புதிய சாமியார்கள் புதிய கோஷங்களுடன் புதியவகைப்பட்ட யோகா, தியானம் என்ற பெயரில் களமிறங்கிட காத்துக்கொண்டிருகின்றனர். நுகர்பொருள் பண்பாட்டுக்குப் பழக்கப்பட்டுள்ள நடுத்தர வர்க்கத் தினர் அடிக்கடி பிராண்டுகளை மாற்றுவதுபோல அருளாசியைத் தியானத்தின்மூலம் பெற்றிட புதிய வகைப்பட்ட கார்ப்பரேட் சாமியார்களைத் தேடுகின்றனர். எவ்விதமான அதியற்புத ஆற்றலும் இல்லாவிட்டாலும் வித்தியாசமான உடைகளை அணிந்துகொண்டு, மந்தகாசமான புன்னகையுடன் நடமாடும் கடவுளின் பிம்பம் 'ஸ்ரீலஸ்ரீ' என்று ஊதிப்பெருக்கிட ஊடகங்கள் காத்திருக்கின்றன. அருளாசி என்ற பெயரில் அருளுகிற பொத்தாம் பொதுவான பேச்சுக்களைக் கொண்டாடுகிற மந்தையும் இங்கு அதிகம். கொலை, பாலியல் தொடர்புடைய பர்ப்பனரான கார்ப்பரேட் சாமியார் சங்கராச்சாரிக்கு எவ்விதமான தண்டனையும் இல்லை. பிரேமானந்தா என்ற சூத்திரனான கார்ப்பரேட் சாமியாரின் சிறை வாசமும் மரணமும் யாருக்கும் நினைவில் இல்லை. கார்ப்பரேட் சாமியார்களின் உலகிலும் வைதிக சநாதனம் கோலோச்சுகிறது. இரு வேறு உலகத்து இயற்கை.

உயிர் எழுத்து, 2021 மே

தேர்தல் கமிஷனும் தேர்தல் நாடகத்தின் கட்டியங்காரனும்

தேர்தல் என்றவுடன் எனக்கு எப்பவும் சர்க்கஸ்தான் நினைவுக்கு வருகிறது. எண்பதுகளில்கூட 20 யானைகள், 30 புலிகள், 10 சிங்கங்கள், 200கலைஞர்கள் அடங்கிய ஆசியாவிலே மிகப் பிரமாண்டமான சர்க்கஸ் என்ற அறிவிப்புடன் விளம்பரம் வெளியாகும். நகரத்துத் தெருக்களில் விலங்குகளுடன் சர்க்கஸ் கலைஞர்கள் அணிவகுப்பு நடக்கும். பெரிய எதிர்பார்ப்புடன் சர்க்கஸ் அரங்கினுள் நுழைந்தால், மணியடித்தவுடன் முகத்தில் வண்ணம் பூசிய கோமாளிகள் "ஹே" எனக் கத்தியவாறு வருவார்கள். யோசிக்கும் வேளையில் கோடிக்கணக்கான வாக்காளர்கள் வாக்களிக்கும் தேர்தல் களத்தில், தேர்தல் கமிஷன் இறங்குவது. நாடகத்தில் கட்டியங்காரன் பிரவேசம் எனச் சொல்லத் தோன்றுகிறது.

தேர்தல் விரைவில் நடைபெறவிருக்கிறது என்ற சூழலில், ஊடகங்கள் தேர்தல் பற்றிய பரபரப்பையும் எதிர்பார்ப்பையும் ஏற்படுத்துகின்றன. தேர்தல் என்பது முக்கியமானது என்பது என்ற பிம்பம் கட்டமைக்கப்படுகிறது. இனிமேல் தேர்தல்தான் விடிவு என்ற மாயை வலுவடையும்போது, திடீரெனக் களத்தில் குதிக்கும் தேர்தல் கமிஷன், கேள்விகளுக்கு இடமளிக்காத புனிதமாகக் கருதப்படுகிறது. தேர்தல் கமிஷன் உண்மையிலே சந்தேகத்திற்கு அப்பாற்பட்டதுதானா? தமிழகத்தில் தேர்தல் தேதி அறிவிக்கப்பட்டவுடன் தினமும் ஊடகங்களில் தோன்றிய தலைமைத் தேர்தல் அதிகாரியின் பேச்சுகள், அஞ்சாத சிங்கமாக அவரைக் காட்சிப்படுத்துகின்றன. தேர்தல் கமிஷன் யாருக்கும் கட்டுப்படாத சுதந்திரமான அமைப்பு என்று ஊடகங்கள் ஊதிப் பெருக்குகின்றன. யதார்த்தத்தில் தேர்தல் கமிஷன், எப்படியாவது

மக்களை வாக்குச் சாவடிக்கு அழைத்து வருகின்ற ஆள் பிடிக்கின்ற வேலையை அதிகாரத் தொனியில் செய்கிறது. 18 வயது நிரம்பிய ஒவ்வொருவருக்கும் கிடைத்த அபூர்வமான வாய்ப்பு, தேர்தலில் ஓட்டுப் போடுவது கடமை என்று தெருவெங்கும் விளம்பரங்கள். 100 சதவீத ஓட்டுகள் மக்கள் வாக்களிக்க வேண்டும் என்று தேர்தல் கமிஷன் வலியுறுத்தி விளம்பரம் செய்வது நுண்ணரசியல் சார்ந்தது. கண்ணா ஓட்டுப் போட ஆசையா? 18 வயதில் என்ன பண்ண வேண்டும் என்பது உங்களுக்குத் தெரியும். இப்படி வாக்களிக்க வற்புறுத்துவது, ஒருகட்டத்தில் தேசபக்தியுடன் முடிச்சுப் போடப்படுகிறது. தேர்தலினால் என்ன பயன் என யாரையும் யோசிக்கவிடாமல், 100% வாக்குப் பதிவு என்ற பிரேமை உருவாக்கப்பட்டுள்ளது. ஏற்கெனவே பல தடவைகள் வாக்களித்து, அரசியல் கட்சிகள்மீது வெறுப்படைந்து, சலிப்படைந்திருக்கும் மக்களுக்கு தேர்தல்மீது நம்பிக்கை ஏற்படுத்துவதைத்தவிர தேர்தல் கமிஷன் வேறு என்ன உருப்படியாகச் செய்கிறது?

கடந்த சட்டசபைத் தேர்தல் தேதி அறிவிக்கப்பட்டவுடன், தமிழகத்தில் தேர்தல் கமிஷன் விதித்த விதிமுறைகள், கெடுபிடிகள் ஒருவகையில் பயபீதியைக் கிளப்பியுள்ளன. தமிழகத்தின் அன்றாட நடைமுறைகள்கூட எங்களைக் கேட்டுத்தான் நடைபெற வேண்டும் என்பதில் கமிஷன் உறுதியாக இருக்கிறது. கிராமத்துக் கோவில் திருவிழாவை நடத்துவதற்கும் முன் அனுமதி பெற வேண்டும். தேர்தல் தேதி அறிவிக்கப்பட்டவுடன் குடும்பத்துடன் வெளியூர் செல்கிறவர்களின் கார்களை மறித்து 20 கி. மீட்டருக்கு ஒருமுறை செக்கிங் செய்வதுதான் பணக்கடத்தலை ஒழிப்பதற்கான தேர்தல் கமிஷனின் முக்கிய அஜெண்டா. சிறிய நடுத்தர வியாபாரிகள் தொழில் காரணமாக எடுத்துச் செல்லும் பணத்தைக் கைப்பற்றி நேர்மையாக நடப்பது போன்று ஊடகங்களில் பில்டப் வேறு. தமிழகத் தேர்தல் வரவிருப்பதை முன்னிட்டுச் சில மாதங்களுக்கு முன்னரே மாநிலமெமெங்கும் கோடிக்கணக்கான பணம் கொண்டு செல்லப்பட்டுவிட்ட நிலையில், தேர்தல் கமிஷனின் சோதனைச் சாவடிகளும் கறார் செயல்பாடுகளும் வேடிக்கையானவை. ஏற்கெனவே ஊழலில் திளைத்துக் கொண்டிருக்கும் காவல்துறை அதிகாரிகள், வருவாய்த் துறை அலுவலர்கள் வாகனச் சோதனையில் ஈடுபடுவது ஒருவகையில் கேலிக்கூத்து.

சுதந்திர இந்தியாவில் பல்லாண்டுகளாகத் தலைமறைவாகச் செயல்பட்டுக் கொண்டிருந்த தேர்தல் கமிஷன் பற்றி முன்னர் பலருக்கும் தெரியாது. அது அரசு இயந்திரத்தின் ஓர் அமைப்பு. அவ்வளவுதான். தேர்தல் கமிஷன், தன்னிச்சையாக முடிவெடுத்துச் செயற்படும் அமைப்பு; அரசியல்வாதிகள், ஆளும் கட்சியினரின் நெருக்கடிகளுக்குப் பணிந்துவிடாமல், சுயமான முடிவெடுக்கும் திறன் மிக்கது; இந்தியாவில் ஜனநாயகம் தழைத்தோங்க அடித்தளமாக விளங்குவது; எங்கும் சுதந்திரம் பரவிட வழிவகுப்பது... இப்படி பேச்சுகள் ஒலிக்கின்றன. இந்திய ஜனநாயகம் என்பது தேர்தல் கமிஷன் இல்லாமல் சாத்தியமில்லை என்பது பொதுவான நம்பிக்கை. 1975 ஆம் ஆண்டு இந்தியாவில் திடீரென 'அவசர நிலை' அறிவிக்கப்பட்டு 'தேர்தல்' என்ற சொல் மோசமானதாகக் கருதப்பட்டபோது, 'தேர்தல் கமிஷன்' எங்கே போனது? 1976இல் மக்களால் தேர்ந்தெடுக்கப்பட்ட தி.மு.க. அரசைக் கலைத்துவிட்டு, ஆளுநரின் ஆலோசகர்கள், சில ஆண்டுகள் தமிழ்நாட்டினை நிர்வாகம் செய்தபோது, ஜனநாயகம் என்ற சொல்லைத் தேர்தல் கமிஷன் ஏன் உச்சரிக்கவில்லை? அப்பொழுது தேர்தல் நடத்தியே தீர வேண்டும் எனத் தேர்தல் கமிஷன் ஏன் அடம் பிடிக்கவில்லை.. இந்தியாவில் நிலவுகிற சகலவிதமான பிரச்சினைகளையும் தீர்க்கக்கூடிய தேர்தலுக்குப் பின்னர் தேர்தல் கமிஷன் ஐந்தாண்டுகள் தலைமறைவாவது ஏன்?

இந்தியஜனநாயகம் என்ற அமைப்பு, நான்கு வகைகளில் கட்டமைக் கப்பட்டுள்ளது. மக்களால் தேர்ந்தெடுக்கப்பட்ட பிரதிநிதிகளான பிரதமர், மத்திய அமைச்சர்கள், எம்.பி.க்கள், மாநில முதலமைச்சர், அமைச்சர்கள், எம்.எல்.ஏ.,க்கள் போன்றோர் சட்டம் இயற்று கின்றனர். மாவட்ட ஆட்சியர், வட்டாட்சியர், வருவாய் அலுவலர், கிராம நிர்வாக அலுவலர் சட்டத்தை நடைமுறைப்படுத்துகின்றனர். மக்கள், சட்டத்தை மீறும்போது, அதை அமல்படுத்துவதில் நீதிமன்றம், காவல்துறை, ராணுவம் முக்கியப் பங்கு வகிக் கின்றன. இத்தகைய மூன்றுவிதமான அமைப்புகளும் சரியான வழியில் செயல்படுகின்றனவா எனபதைக் கண்காணிப்பது ஊடகங்களின் பணி. இப்படியான ஜனநாயகம்தான் இந்தியாவில் இருக்கிறது. இத்தகு சூழலைத் தொடர்ந்து தக்க வைப்பதற்காக உருவாக் கப்பட்டதுதான் ஐந்தாண்டுகளுக்கு ஒருமுறை நடைபெறும்

தேர்தல். ஜனநாயகம் நிலைத்திட தேர்தலை நடத்துவதுதான் தேர்தல் கமிஷனின் முதன்மையான வேலை. ஏற்கெனவே நிலவுகிற அரசியல் அமைப்பினைப் பாதுகாத்திடுவதற்குதான் தேர்தல் கமிஷன் பயன்படுகிறது.

மக்களின் அடிப்படையான பிரச்சினைகள் தீர்ந்திட, தேர்தல் மூலம் ஏதோ ஒரு வேட்பாளரைத் தேர்ந்தெடுப்பதுதான் ஒரே வழி என்பது தொடர்ந்து வலியுறுத்தப்படுகிறது. உண்மையில் பொருளாதாரரீதியில் இந்தியா தன்னிறைவு பெற்றுள்ளதா? உலக அரங்கில் இந்தியாவின் இடம் என்ன போன்றவை முக்கியமான கேள்விகள். பிரிட்டிஷ் ஏகாதிபத்தியத்தின் காலனியாக்கத்தில் இருந்து விடுதலை பெற்ற இந்தியா, இன்று பல்வேறு மேலைநாடுகளின் வேட்டைக்காடாகியுள்ளது; புதிய காலனியாக மாறியுள்ளது. உலகவங்கி, ஐ.எம்.எஃப். போன்ற சர்வதேச நிதி நிறுவனங்களின் கிடுக்கிப்பிடியில் இந்தியா திணறிக்கொண்டிருக்கிறது. உலக மயமாக்கல் என்ற பெயரில் பன்னாட்டுப் பகாசுரக் கம்பெனிகளுடன், அம்பானி, டாடா போன்ற கார்ப்பரேட் நிறுவனங்களும் அரசியலில் ஆதிக்கம் செலுத்துகின்றன. இத்தகைய சூழலில் 'தேசியம்' 'சுதேசியம்' போன்ற சொற்கள் அர்த்தமிழந்து விட்டன. உள்ளூர்ப் பிரச்சினையின்போது, இந்துக்களின் கடைகளில் மட்டும் பொருட்களை வாங்குவோம்' என மத வெறுப்பைக் கோஷமாக்கும் சங்பரிவார், ஆர்.எஸ்.எஸ்., போன்ற இந்துத்துவா அமைப்புகள், அமெரிக்க நிறுவனங்களைப் பார்த்தவுடன் பல்லை இளித்து, வாலைச் சுருட்டுகின்றன. இங்கு யார் ஆட்சியதிகாரத்தில் இருக்கிறார் என்பது முக்கியம் அல்ல. கார்ப்பரேட்டுகளுக்குச் சார்பான பொருளியல் மேலாதிக்கத்துடன் ஒத்துப் போகிறவர் ஆட்சியில் இருப்பதுதான் அவசியமானது. யாராவது ஒரு கட்சியினர் தேர்தல்மூலம் ஆட்சிக்கு வரவேண்டும். மற்றபடி ஆட்சிக்கு வந்தவுடன் முந்தைய கட்சியினர் சென்ற தடத்திலே புதிய கட்சியினரும் செல்ல வேண்டியது நிர்பந்தமாக உள்ளது. ப.சிதம்பரம், மன்மோகன் வகுத்த வழியில்தான் மோடியும் செல்கிறார். பெரிய அளவில் மாற்றம் எதுவும் இல்லை. கடந்த 65 ஆண்டுகளாக ஊழலில் திளைத்துக் கொழுத்துத் திரியும் அரசியல்வாதிகளுடன் கைகோத்துள்ள உயர்மட்ட அதிகாரிகள் பெருகி விட்டனர். சட்டத்தை அமல்படுத்தும் காவல்துறை,

நீதிமன்றத்தின் செயல்பாடுகள் நேர்மையானவை இல்லை என்பது ஊரறிந்த ரகசியம். சட்டத்தின் முன் அம்பானியும் குப்பனும் ஒன்றுதான் என்பது கேப்பையில் நெய் வடியும் கதை. இந்நிலையில், ஏதாவது ஒரு கட்சிக்கு வாக்களிக்க வேண்டியதுதான் இந்தியக் குடிமகனின் ஜனநாயக கடமை. அப்புறம்?

நாட்டு விடுதலைக்குப் பின்னர் 1952இல் நடத்தப்பெற்ற தேர்தல், இந்திய மக்களுக்கு எதிர்காலம் குறித்த நம்பிக்கையைத் தந்தது. அதற்குப் பின்னர் எத்தனையோ தேர்தல்கள் வந்து போய்க் கொண்டிருக்கின்றன. ஆட்சியாளர்கள் மாறிக் கொண்டிருக்கின்றனர். பல ஐந்தாண்டு திட்டங்கள்; பல்வேறு நலப்பணிகள். இறுதியில் அரசியல், பொருளியல் நிலைமையில் பெரிய மாற்றம் எதுவும் இல்லை. நாடாளுமன்றம்/ சட்டசபைக்காக மக்கள் வாக்குச் சாவடிகளுக்குள் மாறிமாறி நுழைந்துகொண்டே இருக்கின்றனர். ஒவ்வொரு மூத்த குடிமகனும் குறைந்தது பத்துத் தடவைகளாவது வாக்கு அளித்திருப்பார்கள். அப்புறம் உள்ளூர்த் தேர்தல்கள் வேறு. இப்படி உற்சாகத்துடன் வாக்கு அளித்த வாக்காளர்களுக்கு இறுதியில் என்ன மிச்சம் என்பதுதான் கேள்வி.

இந்தியாவில் அரசியல் என்பது பரம்பரையாகச் செய்யப்பட்டு வரும் தொழிலாகி விட்டது. சில பத்தாண்டுகளில் நூற்றுக்கணக்கான கோடிகளைச் சம்பாதிக்கும் வல்லமை மிக்க அரசியலில், ஒருவர் வெற்றி பெற்றுவிட்டால், அவருடைய கொள்ளுப் பேரன் பேத்திகளும் உட்கார்ந்து கொண்டு சுகமாக வாழ முடியும். அரசியலில் பஞ்சைப்பராரிகள் நுழையவே முடியாது. அரசியல் வாதிகள் என்ற முழுநேரச் செயற்பாட்டாளர்கள் தனித்து உருவாகி விட்டனர். அரசியல்வாதிகளின் மகன்/மகள் அரசியலுக்கு வருவதை யாராலும் தடுக்க முடியாது.

எழுபதுகளின் நடுப்பகுதியில் இருந்து 'ஊழல்' என்ற சொல் தமிழகமெங்கும் ஒலிக்கிறது. அது எந்த மொழிச் சொல்? தமிழ்தானா? ஐந்து பவுன் நெக்லஸ் வாங்கிக்கொண்டு ஊழல் செய்தார் எனத் தமிழக அமைச்சர் மீது எழுபதுகளில் ஆளுநரிடம் எதிர்க் கட்சியினரால் புகார் அளிக்கப்பட்ட செயல், இன்று வேடிக்கையாக உள்ளது. முன்னணி அரசியல்கட்சியினர் ஆயிரக் கணக்கான கோடிகளுடன் சௌகரியமாக உள்ளனர். ஊழல்

குற்றச்சாட்டுக்கு உள்ளாகாத தலைவர்கள் நிச்சயம் அமைச்சராக இருக்க வாய்ப்பில்லை. என் தலைமையிலான கட்சி, நல்லாட்சி அமைக்கும். உங்கள் வாக்குகளைச் சிந்தாமல் சிதறாமல் எங்கள் சின்னத்திற்குப் போடுங்கள்' என்ற குரல் எல்லாத் தேர்தல்களிலும் ஒலிக்கிறது. நான் உங்கள் வீட்டுப் பிள்ளை. கூப்பிட்ட குரலுக்கு ஓடோடி வருவேன்' எனத் தேர்தலில் போட்டியிடுகிறவர், மேடைகளில் முழுங்குவதை யாரும் சீரியஸாக எடுத்துக் கொள்வதில்லை. ஓட்டு வேட்டையின்போது சில வாரங்கள் தேர்தலில் போட்டியிடும் வேட்பாளர் கும்பிட்டுக் கொண்டிருப்பார்; தேர்தல் முடிந்தபிறகு பொதுமக்கள் ஐந்தாண்டுகளுக்கு எம்.எல்.ஏ., அல்லது எம்.பி.யைப் பார்த்துக் கும்பிட வேண்டும். இதுதான் இருவேறு உலகத்து இயற்கை. தேர்தலில் வெற்றி பெற்றவர் காட்டில் அடுத்த ஐந்தாண்டுகளுக்கு பண மழை. அதுவும் ஆளும் கட்சியாக இருந்து விட்டால் பேரதிர்ஷ்டம்தான். 'தேர்தலில் நிற்பதற்காகச் சில கோடிகளை அண்ணன் போட்டிருக்கார். அதை மீண்டும் எடுக்க வேண்டாமா?' என ஒரு கோஷ்டி ஊழலை நியாயப்படுத்தும். 'தேன் எடுத்தவன் புறங்கையை நக்காமல் இருப்பானா' என்று பொதுப்புத்தி நிலவுமாறு சூழலை மாற்றியிருப்பதுதான் சூழலின் அவலம்.

யார் ஆட்சிக்கு வந்தாலும் பெரிய அளவில் மாற்றம் ஏற்படாது என்பது பாமரனுக்கும்கூடத் தெரியும், எனவேதான் தேர்தல் நேரத்தில் அரசியல் கட்சிகள் முன்வைக்கும் வாக்குறுதிகளை யாரும் பெரிதாக எடுத்துக் கொள்வதில்லை. ஓட்டுப் போடுவதற்காகத் தரப்படும் தொகையையும் உற்சாகத்துடன் வாங்குகின்றனர். 'சரி... போன ஐந்து வருஷம் அவன் ஆண்டான். நல்லா தின்னானுக. இப்ப இவன் ஆளப் போறான். இவன் மட்டும் திங்காமல் இருப்பானா' என்று விளிம்பு நிலையினர் கருதுமளவு சூழல் சீர் கெட்டிருக்கிறது. வாக்களிக்கப் பணம் வாங்குவது தண்டனைக்குரிய குற்றம் எனத் தேர்தல் கமிஷன், காட்டுக் கத்தல் கத்தினாலும், தேர்தலின்போது தமிழகமெங்கும் பண வெள்ளம் பாய்கிறது.

விவசாயத்தை மூலதனமாகக்கொண்டு கோடிக்கணக்கான மக்கள் வாழும் இந்தியாவில், அரசியல்வாதிகள் அவர்களுக்குச் செய்து வருகின்ற கேடுகள் ஏராளம். பாரம்பரியமான முறையில்

தலைமுறைகள்தோறும் விவசாயம் செய்துவரும் விவசாயிகள் இனிமேல் விவசாயம் பற்றிப் பேசுவது குற்றம் எனச் சட்டம் இயற்ற அரசாங்கம் துடிப்பதை என்னவென்று சொல்ல? இரசாயன உரம், பூச்சிமருந்து, விதைகளைத் தயாரிக்கின்ற பன்னாட்டுக் கம்பெனிகளின் கொள்ளைக்களமாக இந்தியாவை மாற்றி, விவசாயத்தை நாசமாக்குகிற வேளாண் அதிகாரிகளும், அரசியல்வாதிகளும் தேவரனையக் கயவர் ஆவர். அப்புறம் புதிய வேளாண்மைச் சட்டங்கள்மூலம் நாட்டின் விவசாயத்தைக் கார்ப்பரேட்டுகளுக்கு வழங்கிட ஆளும் பிஜேபி அரசு முயலுகிறது. எதிர்காலத்தில் இந்தியா எங்கும் விவசாயிகளின் தற்கொலை எண்ணிக்கை பெருகும். அதேவேளையில் அதானி, அம்பானி உள்ளிட்ட நான்கைந்து கார்ப்பரேட்டுகளின் சொத்து மதிப்பு பத்தாயிரக்கணக்கான கோடிக்கணக்கில் பெருகுகிறது

விவசாயம் சிதிலமானதனால் ஆயிரக்கணக்கான விவசாயிகள் தற்கொலை செய்துகொண்டதை எந்த அரசாங்கமும் பெரிதாக எடுத்துக்கொள்ளவில்லை. 1960களில் பசுமைப்புரட்சி என்ற பெயரில் செயற்கை உரம், பூச்சி மருந்து எனத் திணித்து, வளமான நிலத்தைத் தரிசாக்கிவிட்டு, இன்று மீண்டும் 'இயற்கை உரம்' பற்றிப் பேசும் வேளாண்மைத் துறையினரின் அயோக்கியத்தனத்தை என்னவென்பது? அமெரிக்காவிலுள்ள மான்சோட்டா கம்பெனியின் மலட்டு விதைகளை இந்தியாவெங்கும் தூவி, விவசாயிகளின் குரல்வளைகளைக் கடித்துத் துப்ப, கொலைகாரக் கும்பல் காத்திருக்கிறது. அதற்கு ஆட்சியிலுள்ள அரசியல்வாதிகளும் உடந்தை. உழவர்களின் வாழ்வாதாரங்களை அழிக்கத் துடிக்கும் பன்னாட்டுக் கம்பெனிகளுடன் கூட்டுச் சேர்ந்துள்ள அரசுகளில் ஆளும் கட்சி, எதிர்க்கட்சி என்ற பேதம் எதுவுமில்லை. சிறப்புப் பொருளாதார மண்டலம் என்ற பெயரில் அயனான நஞ்சை நிலத்தை மிகக் குறைந்த விலைக்குப் பன்னாட்டுக் கம்பெனிகளுக்கு வாரி வழங்கிடத் துடிக்கும் அரசுகளின் கோரமுகத்தைக் என்னவென்று சொல்ல? நாடு விடுதலையடைந்து பல்லாண்டுகள் கழிந்த பின்னர், குடிக்க தூய குடிநீர், உணவுக்கு உத்திரவாதம் அளிக்க வக்கற்ற கட்சிகள், தேர்தல்மூலம் பதவிக்கு வந்து அதிகாரத்துடன் ஊழல் செய்வது தொடர்கிறது.

தேர்தல்மூலம் எதுவும் மாறாது என்பது பெரும்பான்மை மக்களுக்குத் தெரியும். “நம்ம தலையெழுத்து அப்படி இருக்கு. நம்மால் இதை எதிர்த்து என்ன செய்யமுடியும்? இந்தக் கட்சி... இல்லாட்டி அந்தக் கட்சி. இதுல எதை நல்ல கட்சி என்று சொல்வது? கழுதை விட்டையில் முன்விட்டை வேறு பின்விட்டை வேறுன்னு சொல்லமுடியுமா?” என்று ஒதுங்கிப் போகும் போக்கு உருவாகியிருப்பது தற்செயலானது அல்ல.

‘தேர்தலில் ஓட்டுப் போடுவதன்மூலம் ஜனநாயகம் செழிக்கும்,’ ‘வாக்களிப்பது முக்கியமானது’ என்று பல்வேறு தன்னார்வக் குழுக்கள் தமிழகமெங்கும் பிரசாரம் செய்து கொண்டிருக்கின்றன. “தேர்தலில் வாக்களிப்பது இந்தியக் குடிமகன்களின் கடமை” என்ற ரீதியில் தேசப்பற்றைப் போதிக்கின்ற திரைப்பட நடிகர்கள், நாலாந்தரமான திரைப்படங்களில் குத்தாட்டம் போட்டுக் கொண்டிருக்கும் யோக்கியர்கள். காட்சி ஊடகங்களைத் தொடர்ந்து கவனிக்கிறவர்கள் ‘ஓட்டுப்போடுவது சமூகக் கடமை’ என்று நம்புகின்றனர். எதிர்வரும் சட்டமன்றத் தேர்தலில் தமிழக மக்கள் தங்களுடைய கடமையைச் செவ்வனே செய்வார்கள். இனி என்ன? பழைய கறுப்பு - வெள்ளைத் திரைப் படங்களின் முடிவில் வரும் ‘சுபம்’ போல எங்கும் சுபிட்சம் மலர்ந்துவிடுமா? தெருவெங்கும் தேனும் பாலும் ஆறாகப் பெருக்கெடுத்து ஓட வாய்ப்புள்ளதா?

தேர்தலில் போட்டியிடுகிற கட்சிகளின் பணம், கார், உணவு, இலவசப் பொருட்கள், மது எல்லாவற்றையும் புறக்கணித்துவிட்டு வாக்களிப்பதுதான் உன் வாழ்க்கை லட்சியம், பிறவிப்பயன் என்ற போதனைகள் ஓ.கே. யாருடைய எச்சில் காசிலும் பங்கெடுக்காமல், தன்மானத்துடன் வாக்களிப்பது என்பதில் யாருக்கும் கருத்து வேறுபாடு இல்லை. ஆனால் யாரைத் தேர்ந்தெடுப்பது? அன்பிற்கினிய தேர்தல் கமிஷன் இந்த இடத்தில் மௌனம் சாதிக்கிறது. அது செல்லும் வழியை மட்டும்தான் காட்டும். தேர்தலில் போட்டி யிடும் இரு பலமான கூட்டணிகளில், ஏதாவது ஓர் அணி சார்ந்த வேட்பாளருக்குப் பொன்னான வாக்களிப்பதுதான் வாக் காளரின் கடமை. அப்புறம் யார் ஆட்சிக்கு வந்தாலும் என்ன நடக்கப் போகிறது என்பது ஊரறிந்த ரகசியம். இந்நிலையில் ‘தேர்தல்’ குறித்துத் தேர்தல் கமிஷன் செய்யும் பிரச்சாரங்கள்

ஒருவகையில் அர்த்தமிழக்கின்றன. நாட்டுநலன், தேசப்பற்று போன்ற சொற்கள் அர்த்தமிழந்த நிலையில், மீண்டும்மீண்டும் நம்பிக்கைப் பத்திரத்தைப் புதுப்பிக்கச் சொல்லும் தேர்தல் கமிஷனுக்கு உள்நோக்கம் இருக்கிறது. விண்ணிலிருந்து தேவன் இறங்கி வந்து நிகழ்த்தவிருக்கும் அற்புதங்கள்போல் பலருடைய மனங்களில் தேர்தல் கமிஷனால் ஏற்பட்டிருக்கும் பிரெமைகளும் மலட்டுக் கனவுகளும் அளவற்றவை. அழுகித் துர்நாற்றமடிக்கும் முதலாளிய அரசியலமைப்பினை நியாயப்படுத்தும் பணியை நுட்பமான வழிகளில் தேர்தல் கமிஷன் செய்து கொண்டிருக்கிறது.

தேர்தல் கமிஷன் யாருக்கும் பயப்படாமல், நியாயமான முறையில் தேர்தல் நடத்துகிற செயல்பாடுகள் குறித்து மாற்றுக் கருத்து எதுவும் இருக்க முடியாது. இந்தியா போன்ற ஊழல் பெருகிய நாட்டில் தேர்தல் கமிஷனில் பணியாற்றுகின்ற சில அரசு அதிகாரிகளின் நேர்மையான முடிவுகளும் செயற்பாடுகளும், நாம் இந்தியாவில்தான் வாழ்கின்றோமா என்ற சந்தேகத்தை ஏற்படுத்துகின்றன. சரி தேர்தலில் வெற்றியடையும் கட்சியானது பெரும்பான்மை பெற்று ஆட்சியதிகாரத்திற்கு வந்துவிடும். இனிமேல் அந்தக் கட்சியினர் ஊழல் செய்தால் யார் பெறுப்பேற்பது? தேர்தல் கமிஷனா? அரசுக் கட்டிலேறியுள்ள கட்சியினர் ஊழல்கள் செய்யும்போது மக்கள் என்ன செய்வது? வண்டியில் கோடிக்கணக்கில் பணம் கடத்தினால் ஊர் முழுக்கத் தலைவரின் கட்அவுட்டுகள், ப்ளக்ஸ் போர்டுகள் வைத்தால், அரசியல் தலைவரின் மகன், மகள் திருமணத்திற்காக ஆயிரக்கணக்கான ஆடுகளை வெட்டி பிரியாணி விருந்து பல்லாயிரக்கணக்கானோருக்கு வழங்கினால், பல்லாயிரக்கணக்கில் மதுக்குப்பிகள் இலவசமாக வழங்கினால், தேர்தல் வெற்றி மாநாடு என்ற பெயரில் கோடிக்கணக்கில் பணம் செலவழித்து, ஆயிரக்கணக்கான வாகனங்களில் லட்சக்கணக்கான மக்களை ஒன்று திரட்டினால், கிலோ கணக்கில் உடல் முழுக்க நகைகளை அணிந்துகொண்டு மண ஊர்வலத்தில் தலைவி நடந்து வந்தால், பல மைல்கள் தொலைவு அலங்கார விளக்குகள், குழல்விளக்குகள் அரசியல் கூட்டத்திற்காக ஒளிர்ந்தால், டிசார்ட், தொப்பி, கட்சிக்கறை போட்ட வேட்டி, சேலைகள் பல்லாயிரக்கணக்கில் இலவசமாக வழங்கப்பட்டால்... அரசியல்வாதிகள் எவ்விதமான கணக்கு வழக்குகளும் இல்லாமல் சுவிஸ் வங்கிகளில் சேர்த்து

வைத்திருக்கும் பணத்தினை எப்படிக் கைப்பற்ற முடியும்? ஆட்சிக்கு வந்தவுடன் ஊரை அடித்து உலையில் போட்டுக் கொள்ளையடிக்கும் மக்கள் பிரதிநிதிகளைத் தேர்தல் கமிஷனால் கட்டுப்படுத்த முடியுமா என்பதுதான் இன்றைய கேள்வி. ஊழல் அரசியல்வாதிகளைப் பதவியிலிருந்து நீக்க வேண்டும் என வாக்கு அளித்த மக்கள் விரும்பினால், அதற்கான வழிமுறைகளைத் தேர்தல் கமிஷன் செய்து தர வேண்டாமா? அதுதானே நியாயம்?

தேர்தல்மூலம் ஆட்சிக்கு வந்துள்ள அரசியல்வாதிகளைத் தேர்தல் கமிஷனால் கட்டுப்படுத்த முடியாது. அது, நீதிமன்றத்தின் வேலை என ஒதுங்கிக்கொள்ளும். ஊழல் பிரச்சினையில் சிக்கிய கட்சியினர்மீது தொடுக்கப்பட்ட வழக்கு, இருபது வருடங்கள் கடந்தாலும் முடியாது. ஊழல் சொத்துக் குவிப்பில் ஒழுங்காகக் கூட்டல் கணக்குப் போடத் தெரியாத நீதியரசர் மீது எந்தக் கேள்வியும் கேட்க முடியாது. இந்நிலையில் தேர்தலில் போட்டியிடுகின்ற எல்லாக் கட்சியினரும் ஊழலுக்கு எதிராகக் குரல் எழுப்பலாம். புதிய ஜனநாயகம் மலர அதுவே வழி என்று ஊடகங்கள் பிரச்சாரம் செய்யும். ஞாபகமறதியான மக்கள், ஏற்கெனவே ஊழல் குற்றச்சாட்டுக்குள்ளானவருக்கு மீண்டும் வாக்களித்துத் தங்கள் நாட்டுப்பற்றை நிரூபிப்பார்கள்.

தேர்தலை நடத்தியதோடு தேர்தல் கமிஷனின் பணி முடியக் கூடாது. யார் யார் தேர்தலில் நிற்க வேண்டும் என்ற விதிமுறைகளில் மாற்றங்களைச் கொண்டுவர வேண்டும். அரசியல் என்பது ஒரு குறிப்பிட்ட பிரிவினருக்கு மட்டுமான தொழிலா? சாதி வெறியர்கள், மத அடிப்படைவாதிகள், தெருப்பொறுக்கிகள், கந்துவட்டிக்காரர்கள், ரவுடிகள், நிலவுடைமைக் கொடுங்கோலர்கள் போன்றோர் அரசியலில் நுழைந்து அதிகாரம் செய்கின்றனர். இந்நிலைமை ஒழிக்கப்பட வேண்டும். அரசியல்வாதிகள் மட்டும்தான் தேர்தலில் போட்டியிட வேண்டும் என்பதை மறுபரிசீலனை செய்ய வேண்டும். அரசு ஊழியர்கள், ஆசிரியர்கள், தனியார் நிறுவன ஊழியர்கள் சில மாதங்கள் விடுப்புப் பெற்றுத் தேர்தலில் போட்டியிட தேர்தல் கமிஷன் வாய்ப்பளிக்க வேண்டும். நேர்மையான ஆசிரியர்கள், வங்கி அலுவலர்கள், மாவட்ட ஆட்சியர்கள், காவல் துறை உயர் அதிகாரிகள் போட்டியிட்டு வெற்றியடையும்போது,

கழிசடைத்தனமான அரசியல் சூழலில் மாற்றமேற்படும். ஒருக்கால் அவர்கள் தேர்தலில் தோற்றுவிட்டால், மீண்டும் பணிக்குச் செல்ல அனுமதிக்க வேண்டும். தேர்தலில் கண்ணியமானவர்களும் நேர்மையானவர்களும் போட்டியிடுவதற்கான சூழலைத் தேர்தல் கமிஷன் ஏற்படுத்தித் தர வேண்டும். அப்பொழுது தான் ஊழல்கள் குறையும்.

தேர்தல் கமிஷன் எதிர்காலத்தில் நடைமுறைப்படுத்த வேண்டிய சில முக்கியமான அம்சங்கள்:.

மக்களால் தேர்ந்தெடுக்கப்பட்ட பிரதிநிதிகள் தவறு/ஊழல் செய்யும்போது, அவர்களைத் திருப்பி அழைப்பதற்கான வழி முறைகளை ஏற்படுத்த வேண்டும்.

தேர்தலுக்கு முன்னர் அரசியல்வாதிகளின் முறையற்ற செயல்களைக் கட்டுப்படுத்தி வரன்முறைப்படுத்தியது போல, தேர்தலுக்குப் பின்னர் ஆட்சியதிகாரம் செய்திடும் கட்சியினரின் ஊழல்கள்/ஒழுங்கீனங்கள் போன்றவற்றைக் கட்டுப்படுத்தும் அதிகாரத்துடன் தேர்தல் கமிஷன் இருக்க வேண்டும்

அரசு ஊழியர்கள், ஆசிரியர்கள் போன்றோர் தேர்தலில் போட்டியிடுவதற்கு அனுமதிக்க வேண்டும்.

சாதி, மத அரசியலை முன்னிறுத்தும் கட்சிகளைத் தேர்தலில் போட்டியிட அனுமதிக்கக்கூடாது.

தேர்தலுக்குப் பின்னரும் தேர்தல் கமிஷனின் செயல்பாடுகள் தொடர்ந்திட வேண்டும். புதிய சீர்திருத்தங்களை நடைமுறைப்படுத்த வேண்டியது அவசியமாக உள்ளது. இந்நிலையில், தேர்தலில் காலங்காலமாக வாக்களித்த வாக்காளர்கள் கைமேல் கண்ட பலன் என்ன என்ற கேள்வி தோன்றுகிறது. வாக்குச் சாவடியில் இருந்து வெளியேறும் வாக்காளரின் இடது கை ஆள்காட்டி விரலில் தடவப்பட்டிருக்கும் கருப்பு மை மட்டும்தான் மிச்சம்.

காக்கைச் சிறகினிலே, 2021 ஏப்ரல்

அப்துல்கலாமின் கனவு பலிக்குமா? இந்தியா வல்லரசாக மாறுமா?

இந்தியா நாட்டு விடுதலையின் 75 ஆவது வைர விழாக் கொண்டாட்டம் தொடங்கி விட்டது. கடந்த ஆண்டுகளில் இந்திய மக்களின் வாழ்க்கையில் நடைபெற்றுள்ள முக்கியமான மாற்றங்கள் பற்றிய கேள்விகள் தோன்றுகின்றன. 120 கோடி எண்ணிக்கையிலான இந்தியர்களின் வாழ்வாதாரங்களுக்கான அரசின் திட்டங்களும் செயல்பாடுகளும் எப்படி இருக்கின்றன? யோசிக்க வேண்டியுள்ளது. உலகமயமாக்கல் காலகட்டத்தில் எங்கும் கார்ப்பரேட்டுகளின் மேலாதிக்கம் அதிகாரம் செலுத்துகிற சூழலில் எல்லாம் நுகர்பொருள்களாக மாற்றப்படுகின்றன. ஏதோ ஒரு பிராண்ட் உன்னதமானது என்று ஊடகங்கள்மூலம் தகவமைக் கப்பட்டதன் பின்னர் பலரும் அதைப் பின்தொடர்கின்றனர். எங்கும் நகல்கள் முன்னிலைப்படுத்தப்படுகிற சூழலில் நகல்களின் உண்மையை நம்புகிற நிலை ஏற்பட்டுள்ளது. இருபத்தொன்றாம் நூற்றாண்டில்கூட இந்தியா, பொருளாதாரரீதியில் பெரிய அளவில் வளர்ச்சியடையாத சூழலில் தவிக்கிறது. ஆங்கிலேயரின் காலனியாதிக்கத்தில் இருந்து இந்தியா விடுதலையடைந்த பின்னர் பல்லாண்டுகள் மத்தியில் காங்கிரஸ் கட்சியின் ஆட்சி, பின்னர் பாரதிய ஜனதா கட்சியினரின் ஆட்சி. எனினும் பல மாநிலங்கள் பொது விநியோகம், கல்வி, மருத்துவம், குடிநீர், சாலைப் போக்குவரத்து, மின்சாரம் போன்ற அடிப்படை வசதிகளில் மிகவும் பின்தங்கியிருக்கின்றன. இத்தகு சூழலில், 1999 ஆம் ஆண்டு மத்தியில் ஆட்சியைக் கைப்பற்றிய பாரதிய ஜனதா கட்சியினரிடம் மக்கள் நலத்திட்டங்கள் எதுவும் இல்லை. அவர்களுடைய கையில் இருந்த ஒரே துருப்புச் சீட்டு அயோத்தி மசூதி. அதையும்

இடித்தாகிவிட்டது. இனிமேல் என்ன செய்வது என்று குழம்பிய சூழலில் குடியரசுத் தலைவர் தேர்தல் வந்தது. ஏற்கெனவே தலித்தான கே.ஆ.ர் நாராயணனைக் குடியரசுத் தலைவராக்கி, முற்போக்கு நாடகத்தை அரங்கேற்றி, ஒடுக்கப்பட்ட மக்களை நம்ப வைத்தாகி விட்டது; தலித்துகளின் வாழ்க்கையில் மறுமலர்ச்சி ஏற்பட்டுள்ளது என்ற பொய்யான கருத்து பரவலாகியுள்ளது. அடுத்த குடியரசுத் தலைவர் யார் என்ற என்ற கேள்வி முக்கியமானது. இந்நிலையில், குடியரசுத் தலைவர் பதவிக்குப் போட்டியிட ஆளுங்கட்சி, எதிர்க்கட்சியினரின் ஆதரவுடன் தேர்ந்தெடுக்கப்பட்டவர்தான் ஏ.பி.ஜே.அப்துல் கலாம். சிறுபான்மையினரான இஸ்லாமியரான அப்துல் கலாம் என்ற பெயர் அன்றைய பாரதிய ஜனதா கட்சிக்குத் தேவைப்பட்டது. எதிர்க்கட்சிகளுக்குக் கலாம் ஓர் இஸ்லாமியர், விஞ்ஞானி போன்ற தகவல்கள் முக்கியம். நாட்டின் பெரும்பாலான ஜனாதிபதியாகச் செயலாற்றியவர்கள் பெரிதும் ரப்பர் ஸ்டாம்ப் போன்று செயல்பட்டவர்கள்தான். இதற்குக் கலாம் விதிவிலக்காக இருக்க முடியுமா? இருந்தாலும் இந்திய ஏவுகணைத் திட்டம், அணுகுண்டு திட்டம் போன்றவற்றில் விஞ்ஞானியாகவும் நிர்வாகியாகவும் செயல்பட்ட கலாமின் திறமை ஊடகங்களால் ஊதிப் பெருக்கப்பட்டது. ஆய்வகங்களில் நடைபெறுகிற ஆய்வுகள் பல்வேறு விஞ்ஞானிகளின் கூட்டு முயற்சி என்ற தகவலை மறைத்துவிட்டு, கலாம் மட்டும்தான் மாபெரும் விஞ்ஞானி என்ற கருத்து முன்வைக்கப்பட்டது. மாணவர்களுடனும் இளைஞர்களுடனும் நெருக்கமானவர் கலாம் என்ற பிரச்சாரத்தின் பின்னர் அரசியல் பொதிந்துள்ளது. ஒருவகையில் கலாமை முன்வைத்து அடிப்படைப் பிரச்சினைகளில் இருந்து மக்களைத் திசை திருப்புகிற வேலை திட்டமிட்டவாறு நடந்தது. இதுவரை இந்திய நாட்டின் குடியரசுத் தலைவராகப் பணியாற்றியவர்கள் என்ன செய்தார்களோ அந்த வழியில்தான் கலாமும் செயல்பட முடியும் என்ற உண்மையை மறைத்து, அவரை மாபெரும் ஆற்றல் மிக்கவராகச் சித்திரிக்கும் பணி, சுறுசுறுப்பாக நடைபெற்றது. கலாமினால் இந்திய நாட்டின் எதிர்காலம் ஒளிமயமாகிடப் போவதாக ஊடகங்கள் சித்திரித்தவற்றை நடுத்தர வர்க்கத்தினரும் இளைய தலைமுறையினரும் நம்பினர். 'இளைஞர்களே கனவு காணுங்கள்' என்ற கலாமின் பேச்சு எங்கும் பரவியது. எதைக் கனவு காண்பது என்ற புரிதல் இல்லாமல் வெற்றுக் கனவுகளால் என்ன

பயன்? என யாரும் யோசிக்கவில்லை. காற்றில் மலட்டுக் கனவுகள் மிதந்தன. வெறுங்கையினால் முழம் போட்ட கிராமத்துக் கதைக்கும் கலாம் சொன்ன கனவுக்கும் பெரிய வேறுபாடு இல்லை.

கலாம், குடியரசுத் தலைவரானவுடன் இந்தியாவில் பிரமாண்டமான மாற்றங்கள் நிகழப் போவதாகப் பலரும் நம்பினர். இத்தகு சூழலில்தான் கலாம், 'இந்தியா 2020' என்ற நூலில் இந்தியா அறிவிலே வல்லரசு நாடாகவும், வளர்ந்த நாடாகவும், 2020 ஆம் ஆண்டிற்குள் மாறுவதற்குரிய திட்டத்தை அறிவித்தார். எதிர்கால வல்லரசுகளில் ஒன்றாக இந்தியா இடம் பிடிக்க இந்திய அணு ஆயுதத் திட்டத்திற்குத் தனது பணியை அர்ப்பணிப்பதாகக் கூறியிருந்தார். ஓரளவு படித்தவர்கள் உள்பட பலரும் இந்தியா வல்லரசாகப் போவதாகக் கனவு காணத் தொடங்கினார். இந்தியாவில் நிலவுகிற கல்வி அறிவின்மை, வறுமை, வேலையில்லாத் திண்டாட்டம், சாதிய ஏற்றத்தாழ்வு, தீண்டாமை, வருணாசிரமக் கொடுமை, பால் சமத்துவமின்மை போன்றவற்றை ஒழித்திடப் பாடுபடுவேன் என்று கலாம் ஏன் கூறவில்லை என்ற கேள்வி தோன்றுகிறது. அடிப்படையான வாழ்வாதாரப் பிரச்சினைகளில் இருந்து மக்களின் கவனத்தைத் திசை திருப்புகிற வேலையைச் செய்வதற்குக் கலாமின் வல்லரசு கனவு நாடெங்கும் தூவப்பட்டது. இந்தியா ஏன் வல்லரசாக மாற வேண்டுமென்ற கேள்வியை அன்றைய ஊடகங்கள் கேள்வி எழுப்பாததுதான் பெரும் அவலம். வல்லரசு என்ற சொல் அன்றைக்குப் பலரையும் கவர்ந்தது. வல்லரசு என்றால் என்ன? வல்லரசு உருவாகியதன் பின்புலம் என்ன? என அறியாத பலரும் வல்லரசு பற்றிய கனவில் மூழ்கியது ஒருவகையில் வேடிக்கைதான்.

வல்லரசு என்றால் என்ன? ஒரு நாடு எப்படி வல்லரசாக மாறுகிறது? வல்லரசினால் உலகில் வாழும் மக்களுக்கு என்ன பயன்? போன்ற கேள்விகள் முக்கியமானவை. வல்லரசு நாடு என்பது தனது ஆதிக்க வலிமையையும், செல்வாக்கையும் உலகின் எந்தப் பகுதியிலும், சிலவேளைகளில் ஒரேநேரத்திலும் உலகின் ஒன்றுக்கு மேற்பட்ட பகுதிகளிலும் பயன்படுத்த வல்லதும் அதனால் உலக ஆதிக்க சக்தியாக விளங்கும் வலிமையுடையதுமாகும். உலக நாடுகளில் அமெரிக்கா, பிரான்ஸ், இங்கிலாந்து, ஜப்பான், ஜெர்மனி, சீனா போன்ற நாடுகள் வல்லரசு நாடுகளாகக்

கருதப்படுகின்றன. இரு உலகப் போர்களின் பின்னர்தான் வல்லரசுகள் உருவாக்கப்பட்டன. உலகப் போர்கள் நடைபெற்றபோது அதில் பங்கேற்ற நாடுகளுக்கு ஆயுதங்களை விற்பனை செய்த நாடுகள்தான் பின்னர் வல்லரசுகளாகியுள்ளன. குறிப்பாக, இரண்டாம் உலகப் போரின்போது, ஒதுங்கியிருந்து ஆயுதத் தளவாடங்களை விற்ற அமெரிக்காவின் கொடூரமான செயல்பாடுகள் அளவற்றவை. கி.பி. 17 ஆம் நூற்றாண்டில் சந்தைப் பொருளாதாரத்தின் மூலம் ஆசிய, ஆப்பிரிக்க நாடுகளைக் காலனியாக்கி அடிமைப்படுத்திய ஐரோப்பிய நாடுகளைக் குறிக்க ஏகாதிபத்தியம் என்ற சொல் பயன்பட்டது. காலனிய நாடுகளைப் பங்கீடு செய்வதற்காகத்தான் முதல் உலகப் போர் நடந்தது. ஏகாதிபத்தியத்தின் அடுத்த கட்டமாக இராணுவத் தளவாடங்கள், உற்பத்தி, விற்பனை, அணு ஆயுதங்கள் தயாரிப்பு காரணமாக வல்லரசுகள் உருவாகியுள்ளன. ஒரு நாட்டின் பொருளாதாரத்தை ராணுவப் பொருளாதாரமாக்கி உலகமெங்கும் நாடுகள் போரிடுவதற்கான ஆயுதங்களையும் போர்த் தளவாடங்களையும் போர்க் கப்பல்களையும் போர் விமானங்களையும் ஏவுகணைகளையும் டிரில்லியன் மதிப்பில் விற்பனை செய்து கொள்ளையடிப்பதுதான் வல்லரசு நாடுகளின் முதன்மையான செயல்பாடுகள். பூமியில் வாழ்கிற எல்லா மனிதர்களையும் பிற உயிரினங்களையும் ஒரே நாளில் கொல்வதற்கான அணுகுண்டுகளைத் தயாரித்து வைத்துள்ள வல்லரசு நாடுகளின் பட்டியலில் இந்தியாவையும் சேர்ப்பதுதான் கலாமின் நோக்கமாக இருந்தது. வீணையை வாசித்து இசையைக் கேட்டு ரசித்தல், புத்தகங்கள் வாசிப்பதில் ஆர்வமுடைய கலாம், இந்தியா ஏவுகணைகள், அணுகுண்டுகளைத் தயாரிப்பதன்மூலம் 2020 ஆம் ஆண்டில் வல்லரசாகிடும் என்ற நம்பிக்கையைப் பரப்பினார். விஞ்ஞானியான கலாமின் அரசியல் பார்வை, மக்கள் விரோதமானது.

அகண்ட இந்திய நிலப்பரப்பு, 1947 ஆம் ஆண்டுக்கு முன்னர் 567 மன்னர்களின் ஆளுகைக்குட்பட்டிருந்த சமஸ்தானங்களாலும் பிரிட்டிஷாரின் நேரடி ஆட்சியினாலும் நிர்வகிக்கப்பட்டது. பின்னர் இந்தியா, பாகிஸ்தான் என்ற இரு நாடுகள் தோற்றுவிக்கப்பட்டன. ஆனால் அரசியல் காரணங்களினால் இந்தியாவில் இருந்து பிரிந்த பாகிஸ்தான் என்ற அரசியல் புனைவை முன்னிறுத்தி,

இன்றுவரை இரு நாடுகளும் எப்பொழுதும் போரிட தயாராக இருக்கின்றன. தேச பக்தி என்ற பெயரில் இந்தியாவும் பாகிஸ்தானும் கடந்த 74 ஆண்டுகளாக வாங்கிக் குவித்திருக்கும் போருக்கான ஆயுதங்களைச் சப்ளை செய்கிற நாடுகள்தான் வல்லரசு நாடுகள். வல்லரசுகள் பிற நாடுகளுக்கு இடையில் முரண்பாடுகளை உருவாக்கி, போர் நெருப்பை அணையவிடாமல் ஊதிக் கொண்டிருக்கின்றன. அவ்வப்போது நடக்கிற சிறிய போர்களினால் ஏற்படுகிற பேரழிவுகளுக்கும் பல்லாயிரக்கணக்கில் மக்கள் கொல்லப்படுவதற்கும் வல்லரசு நாடுகள்தான் முதன்மைக் காரணம். இந்த வழியில் இந்தியா வல்லரசாகிட வேண்டுமா? இன்னொரு நாட்டின் அரசியலில் இந்தியா தலையிட்டு, அந்த நாட்டுக்கு ஆயுதங்களைச் சப்ளை செய்கிற வேலையைச் செய்திட கலாம் ஆலோசனை வழங்கினார் என்று சொல்ல இடமுண்டு. இந்திய மக்களின் அடிப்படைப் பிரச்சினைகளைத் தீர்த்திட முயலாமல், கலாம் இந்தியா 2020க்குள் வல்லரசாகிட வேண்டுமென்று சொன்னது தவறான அணுகுமுறை. போரை முதன்மைப்படுத்துகிற ஏவுகணைகளையும் அணுகுண்டுகளையும் தயாரிக்கிற ஆய்வில் ஈடுபட்ட விஞ்ஞானியான கலாமின் சமூகப் பார்வை, விளிம்பு நிலையினருக்கு எதிரானது. கலாம் என்ற பெயர், பிராண்டு பெயர் போல இந்திய அரசியல்வாதிகளால் பாவிக்கப்பட்டது என்பதுதான் உண்மை.

வல்லரசு நாடுகள் பிற நாடுகளின் பொருளாதாரத்துடன் கனிம வளம் உள்ளிட்ட இயற்கை வளங்களைச் சுரண்டுவதற்குச் செய்கிற மக்கள் விரோதச் செயல்களைப் பற்றி ஜான் பெர்கின்ஸ் எழுதியுள்ள 'ஒரு பொருளாதார அடியாளின் வாக்குமூலம்' நூல் விரிவாகச் சித்திரித்துள்ளது. வல்லரசு நாடுகள் பற்றிக் கூடுதல் தகவல்கள் வேண்டுவோர் அவசியம் அந்த நூலை வாசிக்க வேண்டும். எரிபொருள், எண்ணெய் வளம்மிக்க அரேபிய நாடுகளின் அரசியல் விவகாரங்களில் அமெரிக்கா, பிரிட்டன், பிரான்ஸ் போன்ற வல்லரசு நாடுகள் தலையீடுவதன் காரணமாக இன்று அந்த நாட்டு மக்கள் பல்வேறு பிரச்சினைகளை எதிர்கொண்டுள்ளனர். எண்ணெய் வளத்தைச் சுரண்டுவதற்காக ஆப்கானிஸ்தான் நாட்டின் உள்விவகாரத்தில் தலையிட்ட அமெரிக்க வல்லரசு, ஜனநாயக விரோத சக்திகளுக்கு ஆதரவு அளித்தது. அமெரிக்க வல்லரசினால்

உருவானவர்கள்தான் இஸ்லாமிய அடிப்படைவாத அமைப்பினரான தாலிபான்கள். இன்று ஆப்கானில் தாலிபான்கள் ஆட்சியைக் கைப்பற்றியவுடன் இஸ்லாமிய மத அடிப்படைவாதம், பெண்கள் மீதான ஒடுக்குமுறை எனக் கேவலமாக நீலிக் கண்ணீர் வடிக்கும் ஊடகங்கள், ஒருவகையில் வல்லரசின் கைப்பாவைகள். இன்னொரு நாட்டின் அரசியலில் தலையிடுகிற அடாவடிச் செயலைச் செய்கிற வல்லரசுகளில் ஒன்றாக இந்தியாவும் மாறவேண்டும் என்பதுதான் கலாமின் கனவா?

ஆங்கிலேயரின் காலனியாதிக்கத்தை எதிர்த்த விடுதலைப் போராட்டத்திற்குப் பின்னர் இந்தியா 1947 இல் விடுதலை அடைந்தது. காங்கிரஸ் கட்சி ஐந்தாண்டு திட்டங்கள் தீட்டி, நடை முறைப்படுத்தினாலும் நாட்டின் பொருளாதாரம் எதிர்பார்த்த வளர்ச்சி அடையவில்லை. மருத்துவ வசதியின்மை, கல்வி அறிவின்மை, வேலையில்லாத் திண்டாட்டம், வறுமை, குடிநீர்ப் பற்றாக்குறை, குழந்தைத் தொழிலாளர் உழைப்பு, தலித்துகள் மீதான சாதிய ஒடுக்குமுறை, பெண்கள் மீதான பாலியல் அடக்குமுறை போன்ற அடிப்படையான பிரச்சினைகள் தொடர்கின்றன.

ராமர் என்ற அடையாளம் வைதிக சநாதன அரசியல் மேலாதிக் கத்தின் குறியீடு என்ற நிலையில், ஆர்.எஸ்.எஸ். இந்துத்துவா அரசியலைக் கட்டமைக்க நூறாண்டுகளுக்கும் மேலானது. ஆனால் ஒளிரும் குஜராத் என்ற புனைவைக் கார்ப்பரேட்டுகள் ஐந்தாண்டுகளில் மக்களிடையே தேசிய மூடநம்பிக்கையாக நிலை நிறுத்திவிட்டனர். அன்று தேசிய நாயகன் ராமன் என்று ஆர்.எஸ்.எஸ். வடிவமைத்த நிலை மாறி, இன்று தேசிய நாயகன் மோடி என்பது ஊடகங்களின் வழியாகப் பரவி விட்டது. திடீரெனப் பண மதிப்பு நீக்கம் செய்யப்பட்டது முதலாகப் பிரதமர் மோடி, கார்ப்பரேட்டுகள் சொல்வதை விசுவாசமாக அமல்படுத்துகிறார். நாட்டை ஆள்வது மோடியா? கார்ப்பரேட்டுகளா? என்ற கேள்வி தோன்றுகிறது. யோசிக்கும்வேளையில் மோடி டம்மியாக இருப்பதைக் கண்டறிந்திட முடியும். நாடெங்கும் கொரோனா பெருந்தொற்றினால் கோடிக்கணக்கான மக்கள் வறுமையினால் வாடியபோது, விளக்கை அணைத்திடச் சொல்லி நாடகம் நடத்துகிறார் மோடி.

விளிம்பு நிலையினருக்குக் குடிநீர்கூட வழங்க இயலாத காங்கிரஸ், பாரதிய ஜனதா கட்சிகளின் ஆட்சிகளில் அம்பானி போன்ற கார்ப்பரேட்டுகளின் சொத்துகள் பில்லியன் கணக்கில் பெருகியுள்ளன. ஊழல் என்பது இந்தியாவில் எல்லா மட்டங்களிலும் வலுவாகப் பரவியுள்ள சூழலில், விளிம்புநிலையினரின் வாழ்க்கை சீரழிந்து கொண்டிருக்கிறது. தண்ணீர், நிலக்கரி உள்பட்ட எல்லாக் கனிம வளங்களையும் கார்ப்பரேட்டுகள் ஒட்டச் சுரண்டிக் கொழுத்துக் கொண்டிருக்கின்றனர். இந்தியாவிலுள்ள இயற்கை வளங்களைக் கொள்ளையடிப்பதற்கான போட்டி, கார்ப்ப ரேட்டுகளிடையே தீவிரமடைந்துள்ளது. நிதி மூலதனச் சூதாட்டமும் ஊக வணிகமும்தான் இந்தியக் கார்ப்பரேட்டுகள் பலரை உலகப் பில்லியனர் வரிசையில் இடம் பெறச் செய்துவிட்டன. கார்ப்ப ரேட்டுகளின் லட்சம் கோடிக் கடன்களை வாராக் கடன் என அறிவித்துள்ளது மோடியின் ஒன்றிய அரசு. இன்னொருபுறம், லட்சக்கணக்கில் கடன்களை வங்கியில் பெற்ற கார்ப்பரேட்டுகள், ஊழல் அரசியல்வாதிகளின் தயவுடன் அயல் நாடுகளுக்குக் குடிபெயர்ந்து மகிழ்ச்சியுடன் வாழ்கின்றனர். இந்நிலையில், இந்தியப் பொருளாதாரத்தை மட்டுமின்றி அரசியலையும் ஆதிக்கம் செலுத்துகிறவர்களாகக் கார்ப்பரேட்டுகள் மாறியுள்ளனர்.

மக்களுக்கு அடிப்படைத் தேவைகளான மருத்துவம், கல்வி, சாலைப்போக்குவரத்து போன்றவற்றை இந்திய அரசாங்கம் பல்லாண்டுகளுக்கு முன்னரே கை கழுவிவிட்டது. தனியார்மயம், தாராளமயம் எனப் பன்னாட்டு நிறுவனங்களின் வேட்டைக்காடாகிய இந்தியா புதிய காலனியாக மாறியுள்ளது. மதஅடிப்படைவாத அரசியலை முன்னெடுத்துச் செல்லும் அரசியல்வாதிகளுக்கு ஜனநாயகம் என்ற சொல் ஒருபோதும் பிடிக்காது. மதம் சார்ந்த வற்றுக்கு ஸ்பான்ஸர் செய்யும் நிறுவனங்களை நடத்தும் கார்ப் பரேட் முதலாளிகள்தான் மக்களின் அன்றாட வாழ்க்கையைத் தீர்மானிக்கின்றவர்களாக மாறியுள்ளனர். இன்று எதிர்க்கருத்து என ஒன்று இருப்பதை அனுமதிக்க முடியாத அரசியல் நிலை ஏற் பட்டுள்ளது. மதத்தின் பெயரால் கேள்விகள் எதுவுமற்ற உடல்கள் தயாரிக்கப்படுகின்றன. மக்களின் வாழ்வாதாரமான பிரச்சினைகள் குறித்துக் கேள்விகள் கேட்கிறவர்கள், தேசத் துரோகிகளாகச் சித்திரிக்கப்படுகின்றனர்.

அரசு அலுவலர்கள் பல்லாண்டுகளாகப் போராடிப் பெற்ற பல்வேறு சலுகைகளும் உரிமைகளும் ஒவ்வொன்றாகப் பறிக்கப்படுகின்றன. மக்களின் நலனுக்குத் தரப்படும் மானியங்கள் பெரிய அளவில் குறைக்கப்பட்டுள்ளன. இதுவரை அரசாண்ட அரசுகளின் பின்னால் கார்ப்பரேட்டுகள் நிழலாகச் செயல்பட்ட நிலைமை மாறி, இன்று வெளிப்படையாக செயல்படுகின்றனர். கார்ப்பரேட்டுகளின் நலனுக்காக எல்.ஐ.சி., பி.எஸ்.என்.எல் போன்ற பொதுத்துறை நிறுவனங்கள் பலிகடாக்களாக்கப்பட்டுள்ளன. நாட்டின் விமான நிலையம், ரயில் நிலையம் போன்றவற்றைக் கார்ப்பரேட்டுகளுக்கு விற்பதுதான் பிரதமரின் முதன்மைப் பணியாகியுள்ளது.

நாடு சுதந்திரமடைந்து 74 ஆண்டுகள் கடந்த பின்னரும் மக்களின் அன்றாடப் பிரச்சினைகள் தீர்க்கப்படுவதற்கான பருண்மையான பொருளாதாரத் திட்டங்கள் எதுவும் மோடி தலைமையிலான அரசிடம் இல்லை. எங்கும் கார்ப்பரேட்டுகளின் அதிகாரம் மேலோங்கியிருக்கும்போது மக்களின் வாழ்க்கை வளமடைவதற்கான மாற்றங்கள் ஏற்பட வாய்ப்பில்லை. இன்னும் ஐந்தாண்டுகள் கடந்த பிறகு இருப்பதா? இறப்பதா? என்று ஏற்படவிருக்கிற சிக்கலான சூழலில், விளிம்பு நிலையினர் மட்டுமின்றி நடுத்தர வர்க்கத்தினரும் பொருளாதாரரீதியில் திணறும் நிலை ஏற்படும். இந்நிலையில், சுதந்திர இந்தியா வைர விழாக் கொண்டாட்டம் என்பது ஒருவகையில் அபத்தம். 2020 ஆம் ஆண்டு, கொரோனா பெருந்தொற்று அவலங்களுடன் துயரம் தோய்ந்து கடந்து போனது. எங்கும் கார்ப்பரேட்டுகள் அதிகாரம் செலுத்துகிற சூழலில் இந்தியா 2020 ஆம் ஆண்டு வல்லரசு நாடாக மாறும் என்று அப்துல் கலாம் கண்ட கனவு, கேலிக்கூத்து மட்டுமல்ல, மக்கள் விரோதமானதும்கூட.

உயிர்மை, அக்டோபர் 2021

பள்ளிக்கூடத் தற்கொலைகளும் கொலைகளும்: சில பேச்சுகள்

சின்ன சேலத்தை அடுத்த கனியாமூரில் செயல்படுகிற சக்தி இண்டர் நேஷனல் பள்ளியில் பயின்ற மாணவி ஸ்ரீமதியின் திடீர் மரணம், கொலையா? தற்கொலையா? என்ற கேள்வியை எழுப்பியுள்ளது. ஸ்ரீமதியின் இறப்பைத் தொடர்ந்து நடைபெற்ற நிகழ்வுகள், வன்முறைச் சம்பவங்கள், காட்சி ஊடகங்கள் மூலம் பெரும் பரபரப்பை ஏற்படுத்தியுள்ளன. குறிப்பாகப் பள்ளிக்கூடத்தை அடித்து நொறுக்குகிற கும்பலின் செயல்கள், டிராக்டர் மூலம் பள்ளிப் பேருந்துகளை இடித்துக் கீழே தள்ளுகிற காட்சிகள், பேருந்துகளை உற்சாகமாகத் தீயிலிட்டுக் கொளுத்துகிற காட்சிகள் தொலைக்காட்சிகளின் செய்தி சேனல்களில் மீண்டும் மீண்டும் ஒளிபரப்பாகிப் பார்வையாளர்களையும் பங்கேற்பாளர்களாக மாற்றின. ஏற்கெனவே யூ டியூப்பிலும் வாட்ஸப்பிலும் வன்முறை, கொடூரம் சார்ந்த நடந்த காட்சிகளைக் கேளிக்கையாகப் பார்த்து ரசித்துப் பழக்கப்பட்ட கும்பல் பள்ளியில் நடைபெறுகிற காட்சிகளை நேரடிக் காட்சிகளாகப் பார்த்துத் திகைப்பும் உற்சாகமும் அடைகின்றது. வாட்ஸப்பில் வருகிற தகவல்களை எல்லாம் உண்மை என்று நம்புகிற பாமரர்களுக்கு இடையில் ஸ்மார்ட் மொபைல் மூலம் பரவிய காட்சிகளும் பேச்சுகளும் பார்வையாளர்களின் சமநிலையைச் சீரழித்துள்ளன. என்ன நடந்திருக்கும் என்று யாரையும் யோசிக்கவிடாமல் தொலைக்காட்சி உள்ளிட்ட சமூக வலைத்தளங்கள் உருவாக்கிய கருத்தியலுக்குப் பின்னர் நுண்ணரசியல் பொதிந்துள்ளது. ஒரு சம்பவத்திற்குப் பின்னர் என்ன நடந்தது என்பதை அறியாமல் பலரும் சமூக வலைத்தளங்களில் வெளியாவதை எல்லாம் உண்மை என்று நம்புகின்றனர்; சிலர் எல்லாம் தெரிந்த ஏகாம்பரமாக மாறிப்போய்க் தவறான

தகவல்களைப் பரப்புகின்றனர். போன நூற்றாண்டில் 'வதந்தி' என்ற என்ற சொல் வழக்கினில் இருந்தது. யாரோ சிலர் உருவாக்குகிற வதந்தியை உண்மை என்று நம்புகிறவர்கள் நிரம்ப இருக்கின்றனர். போர்க்களம் போல மாறிய பள்ளி வளாகம், கல்வி நிலையங்களில் நடைபெறுகிற அத்துமீறல்கள் மின்னணு ஊடகங்கள் மூலம் ஏற்படுத்தியுள்ள தாக்கம் அளவற்றது.

கல்விக்கூடம், ஆசிரியர், மாணவர், கற்றல், கற்பித்தல் பற்றிய மதிப்பீடுகளின் வீழ்ச்சி, நுகர்பொருள் பண்பாட்டில் சிதிலமாகியுள்ளது. திருக்குறள் உள்ளிட்ட அற நூல்களில் முன்வைக்கப்பட்ட கல்வி பற்றிய கருத்தியல் தொடர்ந்து இன்றளவும் தமிழ்ச் சமூகத்தில் செல்வாக்குடன் விளங்குகிறது. கல்வி என்றால் புனிதமானது; ஒவ்வொரு குழந்தைக்கும் பெற்றோருக்கு அடுத்து ஆசிரியர்கள் கடவுளுக்கு நிகரானவர்கள் என்ற போதனை போதிக்கப்படுகிறது. எனது பள்ளிப் பருவத்தில் பாடம் படிக்க சிரமப்படுகிற குழந்தையைக் கண்ணைத்தவிர தோலை உரிச்சிடுங்க' என்று ஆசிரியரிடம் சொல்கிற அப்பாக்களின் எண்ணிக்கை அதிகம். கடந்த நூற்றாண்டின் முற்பகுதியில் பார்ப்பனர், பிள்ளைமார் போன்ற் சாதியினர்தான் தங்களை கல்வி கற்று அரசுப் பணிகளில் சேர்ந்து ஆதாயமடைந்தனர்: அதிகாரம் செய்தனர். பிறருக்குக் குலக்கல்வித் திட்டம் போதிக்கப்பட்டது.

ஆசிரியர் தொழில், மாணவர்களுக்குச் செய்கிற சேவை என்ற புரிதல் இல்லாத ஆசிரியர்களின் பிடியில் சிக்கிச் சீரழிந்த மாணவர்கள் எல்லாக் காலகட்டத்திலும் உண்டு. இலக்கியப் பாடத்தில் திருவள்ளுவரைப் போற்றி, அறத்தைப் போதிக்கிற ஆசிரியர்கள் தங்களுடைய சொந்த வாழ்க்கையில் அற வழியில் நடப்பது இல்லை. எனது சொந்த அனுபவத்தில் ஒரு விஷயத்தைப் பதிவு செய்திட விரும்புகிறேன். 1982 ஆம் ஆண்டு மதுரை காமராசர் பல்கலைக்கழகத்தில் தமிழ்த் துறையில் எம்.ஃபில். பட்டம் பெற்ற நான் முனைவர் பட்டத்திற்கு ஆய்வாளராகச் சேர்ந்திட விண்ணப்பித்தேன். எனது மதிப்பெண்கள் 74%. ஆனால் அப்போது துறைத்தலைவராக இருந்த பேராசிரியர் இராம. கருப்பன் என்ற தமிழண்ணல் என்னை ஆய்வாளராகத் தேர்வு செய்யாமல் 68% மதிப்பெண்கள் எடுத்த ஒரு பெண்ணை ஆய்வாளராகத்

தேர்ந்தெடுத்தார். உயர்நீதி மன்றத்தில் வழக்குத் தொடர்ந்திருந்தால், நிச்சயம் எனக்கு வெற்றி கிடைத்திருக்கும். அறத்தைப் போதிக்கிற தமிழண்ணல் போன்ற ஆசிரியர்கள் கல்வித்துறையில் எல்லாக் காலகட்டத்திலும் ஊடுருவி, நாசகார சக்தியாக இன்றளவும் விளங்கிக்கொண்டிருக்கின்றனர். இன்னொருபுறம் ஆசிரியர் தொழிலின் நோக்கத்தையும் மாணவர்களின் நலன்களையும் நேசித்த எனது பேராசிரியர்கள் முத்துச்சண்முகம் பிள்ளை, தி.சு.நடராசன், சி.கனகசபாபதி போன்றவர்கள்தான் எனது இலக்கிய ஆளுமையை உருவாகியிருக்கினர். சரி, இருக்கட்டும்.

'பருவத்தே பயிர்செய்' என்ற முதுமொழி குழந்தை வளர்ப்பினுக்கும் பொருந்தும். கூட்டுக் குடும்ப அமைப்பு சிதிலமடைந்து, அணுக்குடும்பம் மேலோங்கியுள்ள இன்றைய காலகட்டத்தில் குழந்தைகளின் உலகம் ஒவ்வொரு விநாடியும் பெரியவர்களால் திட்டமிடப்படுகிறது. களிமண்ணைப் பிசைந்து உருவாக்கப்படுகிற பொம்மைக்கும் குழந்தையை உருவாக்குவதற்கும் வேறுபாடு இல்லை எனக் கருதுகிற பெரும்பாலான பெற்றோரின் எண்ணம் தவறானது. கருப்பையிலிருந்து வெளியே வந்த பச்சிளம் சிசு, அரை மணி நேரத்திற்குள் தாயின் மார்பில் பாலைக் குடித்திடக் கற்றுக்கொள்வது சாதாரண விஷயம் அல்ல. குழந்தை பிறந்தது முதல் ஒவ்வொரு நாளும் புதிதுபுதிதாகக் கற்றுக்கொள்வது அதனுடைய ஜீனில் பொதிந்திருக்கிறது. வீட்டிலும் பள்ளியிலும் நாளும் கற்றுத் தருகிற புதிய விஷயங்களைக் குழந்தைகள் எளிதாகக் கிரகித்துக்கொள்வது அவர்களுடைய இயல்பிலே பொதிந்துள்ளது. இத்தகைய குழந்தைகளைக் கல்வி, பள்ளிக்கூடம் என்ற பெயரால், அவற்றின் இயல்பில் குழந்தைமையுடன் இருந்திட அனுமதிக்கப்படாத சமூகச்சூழல்தான் இன்றைய அவலங்களுக்கு முக்கியக் காரணம்.

தங்களுடைய மகனான பத்து வயதுச் சிறுவனின் இலட்சியம் ஐ.ஐ.டி.யில் சேர்வது எனப் பெருமையுடன் சொல்லிக்கொண்டு திரிகிற படித்த பெற்றோர், குழந்தையின் மனநிலையைப் புரிந்திடாத தத்திகள். உயர் கல்வி என்றால் என்னவென்று அறியாத சிறுவன்மீது, தங்களுடைய விருப்பங்களையும், எதிர்பார்ப்புகளையும் சுமத்துகிற பெற்றோர் ஒருவகையில் வன்முறையாளர்கள். குழந்தையின்

விருப்பு வெறுப்பு குறித்துச் சிறிதும் அக்கறை இல்லாமல், டாக்டர்/ஐ.ஐ.டி.பொறியாளர் ஆக வேண்டும் என்பதற்காகப் பன்னிரண்டு வயதுச் சிறுவனைத் தினமும் சிறப்புப் பயிற்சிகளுக்கு அனுப்புகிற பெற்றோர், குழந்தையின் இளமைப் பருவத்தைக் களவாடுகிறார்கள். சிறார் பருவத்துக்குரிய கொண்டாட்டத்தைத் தொலைக்குமாறு உருவாக்கப்படுகிற சூழலில் சிக்கிய குழந்தைகள், பரிதாபத்திற்குரியவர்கள். பல்வேறு சாத்தியங்கள் இருக்கிற சமூக வாழ்க்கையை அறிந்திடாமல், முகபடாம் இடப்பட்ட குதிரை போல வளர்க்கப்படுகிற குழந்தைகள், எதிர்கால வாழ்வில் தோல்வி/ பிரச்சினைகளை எப்படிக் கையாளுவது என அறியாமல் தடுமாறுவது நிச்சயம். இளம்பிராயத்தில் எப்பொழுதும் பாடம் படித்தல் என்ற ஒற்றைப் போக்கில் தனது எல்லைகளைச் சுருக்கிக் கொண்ட குழந்தைக்கும் கூண்டில் அடைக்கப்பட்ட பிராய்லர் கோழிக்கும் வேறுபாடு இல்லை. குதூகலமும் மகிழ்ச்சியும் ததும்பிடும் குழந்தைப் பருவத்தைத் தொலைத்திட்ட குழந்தைககள், உயர்நிலைப் பள்ளியில் பயில்கிறபோது, பதற்றமும் பரபரப்பும் மிக்கவர்களாக மாறி, எதிலும் சுயமான முடிவெடுக்க முடியாமல் திணறுகின்றனர்; சின்னத் தோல்வியைக்கூட எதிர்கொள்ள முடியாமல் குழம்புகின்றனர். இத்தகைய போக்கின் நீட்சிதான் அண்மையில் தொடர்ந்திடும் தமிழகத்து உயர்நிலைப் பள்ளிக்கூட மாணவர்களின் தற்கொலைகள். என்ன ஆச்சு இந்தப் பெரிய குழந்தைகளுக்கு? என்ற கேள்வி தோன்றுகின்றது.

தறகொலை என்ற நிகழ்விற்கும் தமிழரின் பொதுப்புத்திக்கும் இடையில் காலங்காலமாக நெருங்கிய தொடர்பு உள்ளது. சமகால அரசியல் பிரச்சினையைத் தீர்ப்பதற்கான வழிமுறைகளை ஆராய்ந்திடாமல் உணர்ச்சிவயப்பட்ட நிலையில் தற்கொலையைத் தேர்ந்தெடுப்பது, தமிழகத்தில் பல்லாண்டுகளாக வழக்கினில் உள்ளது. இந்தி எதிர்ப்புப் போராட்டம், இலங்கையில் நடைபெற்ற ஈழப் போராட்டம் போன்றவற்றுக்கு ஆதரவாகத் தமிழகத்துத் தமிழர்கள் தற்கொலை செய்துகொண்டது கோழை மனோபாவமும், கையலாகத்தனமும்தான். வளரிளம் பெண்ணான ஸ்ரீநிதி தற்கொலை செய்துகொண்டதற்கு அல்லது கொலை செய்யப்பட்டதற்கு பள்ளிக்கூடமும் ஆசிரியர்களும் மூலகாரணம் என்றாலும், தற்கொலை எப்படி தீர்வாகும்? ஒருக்கால் தற்கொலை எனில்

அந்த எண்ணம் ஸ்ரீநிதியின் மனதில் எப்படி உருவானது? யோசிக்க வேண்டியுள்ளது. தேர்வுகளில் அதிக மதிப்பெண்கள் எடுப்பதை இலட்சியமாகக்கொண்ட ஸ்ரீநிதியும் ஆசிரியர்களும் செயல்பட்ட பொதுப்புத்தி கண்டனத்திற்குரியது. தேர்வுகளில் அதிக மதிப்பெண்கள் எடுக்காவிடில் என்ன குடி மூழ்கி விடுமா? ஆசிரியரின் பாலியல் துன்புறுத்தல்தான் மாணவியின் தற்கொலைக்குக் காரணம் எனில் பாதகத்தை எதிர்த்துப் போராடாமல் தன்னையே அழித்துக்கொள்கிற மனநிலை உருவாவதற்கு நடப்புச் சமூகம்தான் முதன்மைக் காரணம்.

பீகார், சட்டிஸ்கார், ஒடிசா, மத்திய பிரதேசம், குஜராத் போன்ற வட இந்திய மாநிலங்களுடன் ஒப்பிடும்போது, தமிழகமானது கல்வி, மருத்துவம், சாலைப் போக்குவரத்து போன்ற பல்வேறு அம்சங்களில் பிரமாண்டமான வளர்ச்சி அடைந்துள்ளது. பெரும்பாலான வட மாநிலங்கள் சுமார் முப்பதாண்டுகள் பின் தங்கிய நிலையில் உள்ளன. தமிழகத்தில் நகரமயமாதல் துரிதமாக நடைபெறும் வேளையில், நுகர்பொருள் பண்பாடு எங்கும் நீக்க மறப் பரவியுள்ளது. ஆடம்பரப் பொருட்கள் தொடங்கி எதையாவது வாங்கிக் குவிப்பது பெருவழக்காகி உள்ளது. குழந்தையை எல்.கே.ஜி.யில் சேர்ப்பதற்கு ஆண்டுக்கு ரூ.1,50,000/ தருவதற்கு மகிழ்ச்சியுடன் முன்வருகிற பெற்றோரின் நோக்கம், எவ்வளவு செலவானாலும் பரவாயில்லை, சிறப்பான கல்வி என்ற நம்பிக்கை. இன்னொருபுறம், என்னுடைய பிள்ளை எவ்வளவு காஸ்ட்லியான பள்ளியில் படிக்கிறான் எனப் பிறரிடம் பீற்றிக் கொள்வதற்காகத்தான். பிராண்டு என்பது உன்னதமானது என உருவாக்கப்படுகிற வணிக விதிகள் பள்ளிகளுக்கும் பொருந்திப் போவது துயரமானது. நகரத்தில் பிரபலமான பள்ளியில் சேர்ந்து பயிலுவதால் மட்டும், ஒரு குழந்தையின் எதிர்காலம் வளமாகிவிடும் எனக் கருதுவது மூடநம்பிக்கை.

குழந்தையின் மனதைச் செழுமைப்படுத்தி, எதிர்காலத்தில் பொறுப்பான குடிமகனாக உருவாக்கிட வேண்டிய கல்வி முறையானது, இன்று அர்த்தம் இழந்துள்ளது. கல்வியும் நுகர் பொருளாக மாறியுள்ள சூழலில் குழந்தையின் மனது குறித்து யாருக்கு என்ன அக்கறை? இத்தகு சூழலில் பயிலுகிற வளரிளம் மாணவர்கள்,

ஒதுங்கிட நிழலின்றி, மரணத்தின் கோரப் பிடியில் சிக்கியுள்ளனரா? வளரிளம் பெண்கள் உயர் கல்வி பயில வேண்டும்; வாய்ப்புக் கிடைத்தால் வேலைக்குச் செல்ல வேண்டும் என்று பெற்றோர் விரும்பினர். கல்வி என்பது மனித சமூகத்தை மேம்படுத்துவதாகப் பலரும் நம்பினர். நுகர்பொருள் பண்பாட்டில் கல்வியின் இடம் ஆய்விற்குரியது. எல்லாம் சந்தைக்கானதாக மாறிய சூழலில் கல்வியும் மாறியுள்ளது. ஆங்கில வழிக் கல்வியை முன்வைத்திடும் நர்சரிப் பள்ளிகளிலும் மெட்ரிக் பள்ளிகளிலும் பிள்ளைகளைச் சேர்ப்பது பெற்றோரின் அந்தஸ்தின் அடையாளமானது. 2001 ஆம் ஆண்டில் புதுச்சேரியில் செயல்படுகிற பிரெஞ்சுப் பள்ளியில் மாதந்தோறும் ரூ. 35,000/ கட்டணம் செலுத்தி, முதல் வகுப்பில் தங்களுடைய குழந்தையைச் சேர்த்தவர்களை எனக்குத் தெரியும்.

எது சரியானகல்வி என்ற புரிதலற்ற நிலையில் மல்டி ஸ்பெஷாலிட்டி பள்ளிகளில் குழந்தைகளைச் சேர்ப்பது உயர்வானது என்ற எண்ணம் எங்கும் பரவிக் கொண்டிருக்கிறது. இண்டர்நேஷனல் பள்ளி எனப் பிராண்டடு பள்ளிகளில் தங்களுடைய பிள்ளைகளைச் சேர்த்திட துடித்திடும் பெற்றோர் எண்ணிக்கை பெருகிக்கொண்டிருக்கிறது, இதனால் கல்விக் கொள்ளையர்கள் அல்லது கல்வி மாபியாக்கள் தமிழகமெங்கும் ஆழமாகக் காலூன்றியுள்ளனர். பள்ளியின் பேருந்து தொடங்கி, மையப்படுத்தப்பட்ட கட்டடம், கழிவறை என எங்கும் குளிரூட்டப்பட்ட நிலையில் புதிய வகைப்பட்ட மாணவர்கள் உருவாக்கப்படுகின்றனர். அதேவேளையில் தண்ணீர் வசதியற்ற கழிப்பறைகள்கூட போதிய எண்ணிக்கையில் இல்லாத அரசு பள்ளிகளில் பயிலுகிற மாணவர்கள் சிரமப்படுகின்றனர். இரு வேறு உலகில் மாணவர்கள் கற்கிற சூழல் நிலவுகிறது. தாய் மொழியான தமிழில் கல்வி கற்பது கேவலம் என்பதுடன், அது இன்றைய வாழ்க்கைக்குத் தேவையற்றது என்ற கருத்து வலுவடைந்துள்ளது. இத்தகைய போக்கு கிராமப்புறங்களிலும் வேகவேகமாகப் பரவிக் கொண்டிருக்கிறது. எனக்குத் தெரிந்த ஆட்டோ ஓட்டுநர் கடுமையான பொருளியல் சிக்கலுடன் தன்னுடைய குழந்தையை மெட்ரிக் பள்ளியில் சேர்த்துள்ளார். இன்னொருபுறம், காட்சி ஊடகங்களின் பெருக்கத்தினால், ஏற்கெனவே நிலவிய சமூக மதிப்பீடுகள் சிதலமாகிக் கொண்டிருக்கின்றன. எங்கும் நுகர்பொருள் பண்பாடு பரவியுள்ளது. இத்தகைய சூழலில் பிறந்து வளர்கின்ற குழந்தைகள்,

எல்லா மட்டங்களிலும் பெற்றோர் தொடங்கி ஆசிரியர் எனப் பலரின் விருப்பத்தை நிறைவேற்ற வேண்டியுள்ளது. குழந்தைக்கான அசலான தேவை எதுவென யோசிக்காமல் அவனை டாக்டராக்க வேண்டுமென்ற விருப்பம், பெற்றோரைப்பாடாய்ப் படுத்துகிறது.

இரண்டு வயதிலே ப்ரீ கேஜி வகுப்பில் சேர்க்கப்படுகிற குழந்தை, தொடர்ந்து எல்.கே.ஜி., யூ.கே.ஜி. என ஐந்து வயதிற்குள் முடிக்க வேண்டிய வகுப்புகள் தொடர்கின்றன. அதிலும் மூன்று வயதில் எல்.கே.ஜி.யில் சேர்க்கப்படுகிற குழந்தை எழுதுவதும் மனப்பாடம் செய்வதும் அவசியமானவையாக வலியுறுத்தப்படுகின்றன. கற்றல்திறனைப் பொருத்தவரையில் ஒவ்வொரு குழந்தையையும் தனித்த இயல்புடையன என்ற கருத்தினைச் சிறிதும் அறியாத ஆசிரியர்கள் பெருகியுள்ளனர். எல்லாக் குழந்தைகளையும் ஒரே டிரம்மில் போட்டுக் குலுக்குகிற கல்வியைப் போதிப்பது, குழந்தையின் தனித்துவமான மனநிலைக்கு முரணானது. அப்புறம் ரேங்க் என்ற பொறி வேறு. எல்லாப் பெற்றோரும் தங்கள் குழந்தை வகுப்பில் முதலிடம் பெற வேண்டுமெனக் குட்டிப் பிள்ளைகளை இம்சிக்கத் தொடங்குகின்றனர். மதிப்பெண்கள் என்ற பூச்சாண்டி வேறு குழந்தைகளை இடைவிடாமல் துரத்துகிறது; தன்னம்பிகைக்குச் சவால் விடுகிறது. படி...படி...படி... என்ற சொற்கள் ஏற்படுத்துகிற மன உளைச்சலினால், பாடப் புத்தகம், ஆசிரியர், பள்ளிக்கூடம் எனக் கல்வி தொடர்புடையனவற்றை வெறுக்கிற குழந்தைகள் நவீனக் கல்விமுறையில் பெருகியுள்ளனர். பள்ளியில் நிறைய மதிப்பெண்கள் வாங்க முடியாத சூழலில், ஆசிரியரிடம் வாங்குகிற திட்டுகள் ஒருபுறம் எனில், படிப்பது சிரமமாக இருக்கிறது என்று பெற்றோரிடம் சொல்வதுகூட இயலாத நிலை இன்னொருபுறம் நிலவுகிறது. இருதலைக் கொள்ளியில் சிக்கிய எறும்பு போலத் தவிக்கிற மாணவர், இக்கட்டிலிருந்து தப்பிக்க ஏதாவது செய்ய முயலுகிறார். அது, சிலவேளைகளில் தற்கொலையாக இருப்பதுதான், பள்ளிக்கூட வாழ்க்கையின் பெருந்துயரம்.

பெரிய காம்பவுண்டு சுவர்களுடன் விறைத்திருக்கிற பெரும் பாலான பள்ளிகள் ஒருவகையில் மாணவர்களைப் பொருத்த வரையில் சிறைச்சாலைகள்தான். காலையில் பிரேயரில் தொடங்குகிற

அறிவுரை நாள் முழுக்கத் தொடர்கிறது. அதிலும் கட்டுப் பாடுகளுக்கு முக்கியத்துவம் தருகிற பள்ளி எனில் ஆசிரியர்கள் நிலையும் திண்டாட்டம்தான். ஆயிரம் மாணவர்கள் படிக்கிற பள்ளிக்கூடம்கூட எவ்விதமான ஓசையும் இல்லாமல் மௌனத்தில் உறைந்திருக்கும் சூழல் போற்றப்படுவதைக் கவனத்தில்கொள்ள வேண்டும். காலையில் ஒன்பது மணிக்குள் அலுவலகத்தில் கைவிரல் ரேகையைப் பதிவு செய்வதற்காக விரைந்தோடுகிற ஆசிரியர்களுக்கு நாளடைவில் மாரடைப்பு வர வாய்ப்புண்டு. கல்வி நிலையம் என்பது சுதந்திரமானது என்ற கருத்தியல் மாறி, தொழிற்சாலை போல ஆகி விட்டது. எப்படியாவது மாணவர்களை அதிக மதிப்பெண்கள் எடுக்க வைப்பது, எல்லோரையும் தேர்ச்சியடைய வைத்தல் என இலக்கு நிர்ணயிக்கப்பட்ட சூழலில், இரவு ஒன்பது மணிக்குக்கூடப் பள்ளியில் ஆசிரியர் தங்கியிருக்க வேண்டிய சூழல் நிலவுகிறது. மாணவர்கள் 100% தேர்ச்சி அடைய வேண்டுமென இலக்கு நிர்ணயிக்கப்படுவது எப்படி சரியாகும்? எவ்வளவுதான் சிறந்த ஆசிரியர் என்றாலும் சில மாணவர்கள் தேர்வில் தோல்வியடையலாம். சில மாணவர்களுக்கு இயல்பிலே கற்றல் குறைபாடு இருக்க வாய்ப்புண்டு. பள்ளிப் படிப்பை முடிக்காதவர்கள் வணிகம் உள்ளிட்ட பிற துறைகளில் ஈடுபட்டுப் பொருள் ஈட்ட முடியாதா? திரைப்பட நடிகர், அரசியல்வாதியாகி கோடிக்கணக்கில் சம்பாதிக்க இயலாதா?

வகுப்பில் இருக்கிற எல்லா மாணவர்களும் தேர்ச்சி பெற வேண்டும். இல்லாவிடில் ஆசிரியர் மீது விசாரணை என்ற நிலை, தனியார் பள்ளிகள் மட்டுமின்றி, அரசு பள்ளிகளிலும் வந்து விட்டது. ஆசிரியர் தொழிலில் அர்ப்பணிப்புடன் செயல்படுகிற ஆசிரியரின் இரத்தவோட்டத்தை அதிகரிக்கும் வகையிலான பள்ளிக்கூடத்தின் கறாரான செயல்பாடுகள், ஒருநிலையில் சித்ரவதைக்கூடத்தில் பணியாறுகிற உணர்வைத் தருகின்றன. உண்மையிலே கல்வி மீது அக்கறையுள்ள மாணவர்களுக்குச் சிறப்புக் கவனம் செலுத்த இயலாமல், இன்றைய ஆசிரியர் பொத்தாம் பொதுவில் பாடம் நடத்துகிறார். வகுப்பில் பாடம் நடத்துவது என்பது ஆசிரியர் புதிய விஷயத்தை மாணவர்களுக்கு உற்சாகத்துடன் சொல்வது, மாணவர்களும் ஆர்வத்துடன் பாடம் கேட்பது என்ற நிலை முற்றிலும் மாறி விட்டது. இலக்கியப் பாடத்தைக்கூட வறட்சியாக

நடத்திடும்போது, அதிலுள்ள உன்னதமான விஷயங்கள் அர்த்தம் இழக்கின்றன. மதிப்பெண்களுக்கான ஓட்டத்தில் ஆசிரியரும் தன்னுடைய அசலான தன்மையை இழந்து, வறண்டுபோய்ப் பொறுக்காவது நடைபெறுகிறது. வைரக்கல்லைக் கூழாங்கல்லாக மாற்றிடும் பணியை இன்றைய கல்விக்கூடங்கள் அழுத்தமாகச் செய்கின்றன.

பெரும்பாலான தனியார் பள்ளிகளில் காலாண்டு, அரையாண்டுத் தேர்வுகளின் பின்னர் விடுமுறை என்பது இல்லாமல், தொடர்ந்து பள்ளிக்கு ஆசிரியர்கள் வர வேண்டியது கட்டாயமாகும். தற்செயல் விடுப்பு எடுப்பதற்குக்கூடப் பள்ளிச் செயலரைப் பார்த்து அனுமதி வாங்கிட வேண்டியது அவசியம். ஆசிரியர்களுக்கும் நவீனக் கொத்தடிமைகளுக்கும் வேறுபாடு எதுவும் இல்லை. பள்ளியில் இருந்து நீக்கி விடப்படலாம் என்ற எண்ணத்துடன் எப்பொழுதும் பதற்றத்துடன் பணியாற்றுகிற ஆசிரியரால் மாணவர்களை நேசிப்பது என்பது இயலாத செயல். யோசிக்கும்வேளையில் ஆசிரியர் - மாணவர் உறவு என்பது பூவைப் போன்று மென்மையானது. ஒவ்வொரு நிமிடமும் மாணவர்களுடன் ஆசிரியர் கலந்து உற வாடிடும் இனிய கணங்கள், அற்புதமானவை. ஆனால் யதார்த்தத்தில் பள்ளிச் சூழல் காரணமாக ஆசிரியரை எதிரியாகப் பாவிக்கிற மாணவர்களின் எண்ணிக்கை பெருகியுள்ளது. மேல்நிலைப் பள்ளிக்கூட மாணவர்களைப் படிக்கவில்லை எனக் கண்டிப்பதற்குப் பயப்படுமாறு ஆசிரியர் தொழில் மாறியுள்ளது. சமூகச் சீரழிவுகளை இளம் வயதிலே அறிந்துள்ள சில பள்ளி மாணவர்கள் ஒருவகையில் திமிருடன் ஆசிரியர்களை மதிப்பது இல்லை. மேல்நிலைப்பள்ளி மாணவர்களில் சிலர் வகுப்பிற்கு வரும்போது பியர் குடித்துவிட்டு வருகின்றனர். அவர்களைக் கண்டிக்க முடியவில்லை என வருத்தப் பட்ட ஆசிரியரை எனக்குத் தெரியும். இத்தகைய மாணவர்கள் செய்கிற ஒழுங்கீனங்களைக் கண்டித்தால், ஆசிரியரின் பெயரை எழுதி வைத்துவிட்டு, தற்கொலை செய்துகொள்வேன் என மிரட்டுவதும் பரவலாக நடைபெறுகிறது.

இன்னொருபுறம், ஆசிரியர் தொழிலின் மேன்மை/உன்னதம் குறித்து எதுவும் அறிந்திடாமல், எளிதாகச் சம்பாதிப்பதற்கான வழி என ஆசிரியராக மாறியுள்ள பலரின் செயல்கள் கல்வியியலுக்கு முரணானவையாக உள்ளன. பூ மலர்வது போல மலர்ந்திடுகிற

குழந்தையின் மீது, கல்வி என்ற பெயரில் அதிகாரம் செலுத்துகிற ஆசிரியரின் செயல்கள் வன்முறை தோய்ந்தவை. இத்தகைய ஆசிரியர்கள் பொதுவாக மாணவர்களை ஒருபோதும் நேசிப்பது இல்லை. அதேவேளையில், வகுப்பறையைத் தொந்தரவாகக் கருதுவதுடன், மாணவர்கள் செய்கிற சின்ன சேட்டைகளைக் கண்டு கடுப்படைந்து, மூலநோயில் அவதிப்படுகிறவர்கள்போல எப்பொழுதும் சிடுசிடுத்த முகத்துடன் காணப்படுகின்றனர். கல்வியின் மாண்பு, மாணவனின் இயல்பு குறித்து எவ்விதமான அக்கறையுமற்ற ஆசிரியர்களைவிட்டு விலகியே நிற்கின்றனர் மாணவர்கள். பெற்றோருடன்கூட கலந்து ஆலோசிக்க முடியாத பிரச்சினையை ஆசிரியரிடம் பகிர்ந்து ஆலோசனை பெற வேண்டிய நிலையில் இருக்க வேண்டிய கல்வி நிலையங்கள், இன்று மனனம் செய்கிற ரோபாக்களை உருவாக்கிக் கொண்டிருப்பதுதான் மாணவர் தற்கொலைகளுக்கு மூலகாரணம்.

குழந்தை வளரிளம் பருவத்தை அடையும்போது, பொதுவாகப் பல்வேறு பிரச்சினைகளை எதிர்கொள்கிறது. சில குழந்தைகள் கற்றலில் ஆர்வமின்மை காரணமாக எதையும் மெள்ளக் கற்றுக் கொள்ளும் இயல்புடையவர்களாக இருக்கிறார்கள். எலியோட்ட மாகக் குழந்தைகளை ஓடவிட முயலுகிறவர்கள், குழந்தை மையின் அற்புதத்தைப் புரிந்திடாதவர்கள். எப்பொழுதும் கண் காணிப்பிற்குள்ளாகிடும் சூழலில் வாழ்கிற குழந்தையின் உலகம், துயரத்தால் நிரம்பி வழிகிறது. எப்படிப் பார்த்தாலும் அன்பிற்காக ஏங்குகிற குழந்தையுடன் 'கலகல'வென உரையாடாமல், தங்களுடைய லௌகீக வாழ்க்கையில் 'பரபர'வென மூழ்கியிருக்கிற பெற்றோர், ஒரு நிலையில் அந்தக் குழந்தையின் உலகிலிருந்து விலகுகின்றனர். கூடிப் பகிர்ந்துண்டு வாழ்கிற வாழ்க்கைக்கு மாற்றாக வீட்டில் ஆளுக்கொரு அறை எனத் தனித்தனித் தீவுகளில் வாழ்கிற சூழல், குடும்பத்தினரைத் தனிமைப்படுத்துகிறது. இன்றைய ஸ்மார்ட் மொபைல் போன் வேறு ஒவ்வொருவரையும் அவர வருக்கான உலகில் ஒற்றையாகப் பயணித்திட வழி வகுத்துள்ளது. தொலைக்காட்சி, ஸ்மார்ட் போன், வாட்ஸ் அப், முகநூல் போன்ற ஊடகங்களை எவ்வாறு கையாளுவது என்பது புலப் படாமல் அவற்றுக்குள் மூழ்கிடும் பள்ளிக்கூட மாணவர்கள் பெருகியுள்ளனர். வீடியோ கேம் விளையாட்டு போதைக்கு

அடிமையாகிப் போனவர்கள், எப்பொழுதும் வேறு விநோத உலகில் பயணிக்கின்றனர். முகத்திற்கு முகம் நேரடியான தொடர்பு இல்லாமல் வாழ்கிற பள்ளி மாணவர்கள், ஒருவிதமான தனிமையில் தங்களுக்குள்ளாக முடங்கி அவதிப்படுகின்றனர்.

மாணவர்கள் போதையுடன் வகுப்புக்கு வருகின்றனர் என்று ஆதங்கப்படுகிற ஆசிரியர்கள் என்ன செய்வது என்று அறியாமல் திகைக்கின்றனர். எட்டாவது படிக்கிற மாணவனும் மாணவியும் காதல் கடிதம் பரிமாறிக் கொள்ளும்போது, என்ன நடவடிக்கை எடுப்பது என்று ஆசிரியர்கள் குழம்புகின்றனர். ஸ்மார்ட் போனில் தொடர்ந்து தர்சிக்கிற போர்னோ காட்சிகள் ஏற்படுத்துகிற மன உளைச்சலும் அவஸ்தையும் பதின்பருவ வயதில் கடுமையான தொல்லைதான். ஒரு கட்டத்தில் பாலியல் உறவை நேரடியாக அனுபவிக்க விழைகிற பள்ளி மாணவனின் மனதில் தன்னுடைய செயல் குறித்துக் குற்ற மனம் என்று எதுவும் இல்லை. இதனால்தான் இணையத்தில் பள்ளி மாணவர்களின் பாலியல் காட்சிகள் பெரிய எண்ணிக்கையில் கசிந்துகொண்டிருக்கின்றன. ஏதாவது பிரச்சினை எனில் கருக்கலைப்புக்கான வழிமுறைகளையும் மாணவர்கள் அறிந்திருக்கின்றனர் என்று ஊடகத்துறை நண்பர் சொல்வதைக் கவனத்தில்கொள்ள வேண்டியுள்ளது. மேல்நிலைப் பள்ளியில் ஆசிரியராகப் பணியாற்றும் பெண் கவிஞரான எனது நண்பர், உயர்நிலைப்பள்ளி மாணவிகள் கர்ப்பமடையும் சம்பவங்கள் நடைபெறுகின்றன என்று சொன்னதை என்னால் நம்ப முடியவில்லை. சமூக விழுமியங்கள் குறித்து அக்கறையற்ற சமூகத்தில் வாழ்கிற மாணவமாணவியர் எதுவும் செய்வதற்கான சாத்தியப்பாடுகள் பெருகியுள்ளன என்றுதான் கருத வேண்டியுள்ளது. ஒருபுறம் பள்ளிக்கூடம் தருகிற நெருக்கடி என்றால் இன்னொருபுறம் ஸ்மார்ட் போன் மூலம் அறிந்திட்ட பாலியல் காட்சிகள் மாணவர்களைத் துரத்துகின்றன. பெரிய குழந்தைகள் இயல்பாக இருக்கவிடாத சமூகச் சூழலில் வளர்கிறபோது, அவர்கள் சின்ன விஷயத்திற்குக்கூட நொறுங்கிப் போகின்றனர். இத்தகைய மாணவர்கள் இறுதியில் சென்று சேர்கிற இடம் தற்கொலை.

ஆசிரியர் என்றால் சமூக அடுக்கில் உச்சியில் கண்ணியமாக இருப்பவர் என்ற பிரமை இன்று மெள்ளக் கலைந்துள்ளது.

கன்னியாகுமரி மாவட்டத்திற்குப் பணி மாற்றம் பெறுவதற்காகக் கையில் ஏழு இலட்சங்களுடன் தொடக்கப்பள்ளி ஆசிரியர் கோட்டையில் காத்திருக்கிறார். எப்படி அந்த ஆசிரியர் இலஞ்சமாகச் செலவழித்த தொகையை மீண்டும் பெற முடியும்? அவரால் மாணவர்களுக்குக் கற்பித்தலை ஈடுபாட்டுடன் செய்ய முடியுமா? மேல்நிலைப் பள்ளியில் ஆசிரியராகச் சேர்ந்திட குறைந்தபட்சம் இருபத்தைந்து லட்சங்கள் தரவேண்டிய சூழலில், கையில் பணம் வைத்திருக்கிற யார் வேண்டுமானாலும் ஆசிரியராகி விடலாம்; பொறுக்கிகூட ஆசிரியராக வடிவெடுக்கலாம். இதனால்தான் பள்ளி மாணவியிடம் பாலியல்ரீதியில் தகாத முறையில் நடந்திட முயலும் ஆசிரியர், ஊராரிடம் செருப்படியும் உதையும் வாங்குவது நிகழ்கிறது. வாழ்வியல் அறநெறிகளை அறியாத புதிய தலைமுறை ஆசிரியர்களிடம் கல்வி பயிலும் மாணவர்களின் நிலை பரிதாபம்தான். கள்ளக்குறிச்சி பள்ளியில் மாணவிக்கு நேர்ந்த கொடூரம் பாலியல் வன்முறையுடன் தொடர்புடையதாக இருந்திட வாய்ப்புண்டு.

எப்படியாவது நூற்றுக்கு நூறு மதிப்பெண் வாங்குவதற்காகப் படுகிற பாடுகள், மாணவர்களுக்கு உருவாக்கிடும் மன அழுத்தம் கொடூரமானவை. மாதிரித் தேர்வுகளில் குறைந்த மதிப்பெண்கள் வாங்கினால்கூடத் தன்னையே சித்ரவதைக்குள்ளாக்கிடும் மனநிலையில் வாடுகிற பதின் பருவத்தினர் உளவியல்ரீதியில் குழப்பம் அடைகின்றனர். மதிப்பெண்கள் குறைந்தால் என்ன இழப்பு என்ற புரிதல் இல்லாமல், தன்னையே குற்றவாளியாகக் கருதித் தனக்குள்ளாகக் குமைந்திடுகிறவர்களுக்குத் தேறுதல் சொல்வதற்குக்கூட யாரும் இல்லை. குடும்பத்திலும் ஒட்ட முடியாமல், பள்ளியிலும் ஒத்துப்போக முடியாமல், தவிக்கிற மாணவர்கள், எங்கே செல்வது என்று குழம்புகின்றனர். இத்தகைய போக்கு அழைத்துச் செல்கிற இடம்தான் தற்கொலை என்று சொல்லலாமா?

குழந்தையின் மீதான் அதீதமான ப்ரியத்தினால், வளமான எதிர்காலத்தை ஏற்படுத்தித் தரவேண்டுமென்ற எண்ணத்தினால்தான் பெரும்பாலான பெற்றோர், தங்களை அறியாமல் தவறுகள் செய்கின்றனர். குழந்தையைச் செழுமைப்படுத்தி, சிறந்த

மனிதனாக உருவாக்குவதற்காகத்தான் கல்வி கற்றல் என்ற புரிதல் இல்லாமல் செய்யப்படுகிற ஒவ்வொரு செயலும் குழந்தைக்கு எதிரானதுதான். குழந்தை வளர்ந்திடும்போது, எதிர்காலத்தில் கணிசமான வருமானம் பெற்றிட கல்விதான் அடிப்படை என்றால், அதைவிடச் சுயமாகத் தொழில் செய்து மில்லியனராக வாழ்ந்திட வாய்ப்புள்ளது. பூமியில் எந்தவொரு உயிரினத்திலும் குட்டிகளும் தற்கொலை செய்துகொள்ளாதபோது, மனிதக் குழந்தைகள் மட்டும் தற்கொலையைத் தேர்ந்தெடுப்பது, இன்றைய நோய்வயப்பட்ட சமூகச் சீரழிவின் வெளிப்பாடு. கல்வி, ஆசிரியர், ஆசிரியர் மாணவர் உறவு, பள்ளிக்கூடம், கற்றல் போன்ற சொற்கள் அர்த்தமிழந்துள்ள சூழலில் வேறு என்ன மாற்று என்று யோசிக்க வேண்டிய நெருக்கடியான சூழலில் வாழ்கிறோம். ஒரு சமூகத்தில் கல்வியும் மருத்துவமும் மிகவும் முக்கியமானவை. ஆனால் அவை கடந்த நாற்பதாண்டுகளில் பெரிதும் சீரழிந்துள்ளன. குறிப்பாக, கல்வி மாபியாக்களிடமும் கார்ப்பரேட்டுகளிடமும் சிக்கியுள்ள கல்விக்கூடங்களின் செயல்பாடுகள் மீதான எரிச்சலும் கோபமும்தான் கள்ளக்குறிச்சி வளாகத்தில் இளைஞர்களின் வன்முறையாக வெளிப்பட்டுள்ளது. அது, ஒருவகையில் கார்ப்பரேட் கல்விக்கூடங்களுக்கு விடப்பட்ட எச்சரிக்கை.

உயிர் எழுத்து, ஆகஸ்ட் 2022